பசி கொண்ட இரவு

கி. அமுதா செல்வி

பாரதி
புத்தகாலயம்

Pasi Konda Iravu (in Tamil)
K. Amudha Selvi
first Published: December, 2023 | Second Print: August, 2025
Published by
BHARATHI PUTHAKALAYAM
7, Elango Salai, Teynampet, Chennai - 600 018
Email: bharathiputhakalayam@gmail.com / www.thamizhbooks.com

பசி கொண்ட இரவு
கி. அமுதா செல்வி
முதல் பதிப்பு: டிசம்பர், 2023 | இரண்டாம் அச்சு: ஆகஸ்ட், 2025
வெளியீடு:

7, இளங்கோ சாலை, தேனாம்பேட்டை, சென்னை - 600 018
தொலைபேசி : 04424332924

விற்பனை நிலையங்கள்
அருப்புக்கோட்டை: கதவுஎண் 49 A/4 மெயின் ரோடு, தெற்கு தெரு - 9994173551
ஈரோடு: 39: 39 ஸ்டேட் பாங்க் சாலை - 9245448353
கரூர்: நாரத கானசபா அருகில் (TNGEA OFFICE) - 9442706676
காரைக்குடி : 12, 2 வது தெரு, கம்பன் மணிமண்டபம் பின்புறம் - 9443406150
கும்பகோணம்: 352, ரயில் நிலையம் எதிரில் - 9443995061
குன்னூர்: N.K.N வணிக வளாகம் பெட்போர்ட்
கோவை: 77, மசக்காளிபாளையம் ரோடு, பீளமேடு - 8903707294
சிதம்பரம்: 22A / 18B தேரடி கடைத் தெரு, கிழவீதி அருகில் - 9994399347
செங்கல்பட்டு: 1 D ஜி.எஸ்.டி சாலை - 044 27426964
சேலம்: 15, வித்யாலயா சாலை
தஞ்சாவூர்: காந்திஜி வணிக வளாகம் காந்திஜி சாலை - 9655542400
திண்டுக்கல்: பேருந்து நிலையம் - 9942331105, 9976053719
திருச்சி: வெண்மணி இல்லம், கரூர் புறவழிச்சாலை - 9994289492
திருநெல்வேலி: நவஜீவன் டிரஸ்ட் வளாகம், 48-B/10, அம்பை ரோடு, வீரமாணிக்கபுரம் - 9442149981
திருப்பூர்: 447, அவினாசி சாலை - 9486105018 | **திருவண்ணாமலை:** முத்தம்மாள் நகர்
திருவல்லிக்கேணி: 48, தேரடி தெரு - 9444428358
திருவாரூர்: 35, நேதாஜி சாலை - 9442540543
நாகர்கோவில்: 699 கே.பி.ரோடு R.V.புரம் - 9443450111
நெய்வேலி: பேருந்து நிலையம் அருகில், - 9443659147
பழனி: பேருந்து நிலையம் அருகில் - 7010760693
பாண்டிச்சேரி : கிழக்கு கடற்கரைச்சாலை, இலாகுப்பேட்டை, 9486102777
பெரம்பூர்: 52, கூக்ஸ் ரோடு - 9444373716
மதுரை: 37A, பெரியார் பேருந்து நிலையம் - 045 22324674 | **மதுரை:** சர்வோதயா மெயின்ரோடு
வடபழனி: பேருந்து நிலையம் எதிரில் அடையார் ஆனந்தபவன் மாடியில் - 9444476967
விருதுநகர்: 131, கச்சேரி சாலை - 0456 2245300 | **வேலூர்:** பேஸ் III, சத்துவாச்சாரி - 9442553893

நினைத்த நூல்கள்... நினைத்த நேரத்தில்...   BharathiTV | www.bookday.in

 © 9444567935

ரூ.150/-
அச்சு : பிரிண்டெக், சென்னை - 600 005.

தோழர் **உதயசங்கர்** அவர்களுக்கு..

துக்கத்தின் காவியங்கள்

அமுதா செல்வியின் முதல் சிறுகதைத் தொகுப்பு இது.

நாம் வாழும் இந்த வெளி வாழ்க்கையில் சாதாரணமாக சந்தித்திராத மனிதர்கள், மனுசிகளின் வாழ்வைச் சொல்லுவதால் இக்கதைகள் முற்றிலும் வித்தியாசமான ஒரு வாசிப்பு அனுபவத்தைத் தருகின்றன. இந்த ஒன்பது கதைகளும் துயர் ததும்பும் வாழ்க்கைப்பக்கங்களாகவே விரிகின்றன. வாழ்க்கையே துக்கமெனும் நதியில் மூழ்கிக்கிடக்கிறதோ என நெடுமூச்செறிய வைக்கும் கதைகள் இவை. பெண்களின் வாழ்க்கைப் பரிமாணங்களின் தொகுப்பாகவே இதை வாசித்தேன். முற்றிலும் பெண்களையும் அவர்தம் வாழ்வையும் சுற்றியே இயங்கும் கதைகள் இவை.

'காதல் என்னும் ஊழ்வினை' கதையில் தன் வாழ்க்கைத் துணையைத் தானே தேடிக்கொள்ளும் ஜெயக்கொடி இன்றைய திரைப்பட நாயகிகளைப்போல பாண்டி என்கிற லோக்கல் தாதா மீது மையல் கொள்கிறாள். அவன் ஒரு பிள்ளையைக் கொடுத்துவிட்டு ஒரு சண்டையில் குடல் சரிந்து செத்துப்போகிறான். அதன் பிறகேனும் அவளுக்கு வாழ்க்கை சிடுக்கில்லாமல் போனதா? நல்ல வழியில் வாழ ஆசைப்படும் அவளைத் தீய வழியில் பல மடங்கு சம்பாதிக்க ஆசை காட்டுகிறான் மாயாண்டி. அவள் தன் நிலையில் உறுதியாக நிற்க, அவன் கோபத்தில் அவளைப் பழி வாங்க அவளைக் கஞ்சா வழக்கில் சிக்க வைத்துச் சிறைக்கு அனுப்புகிறான். மகளுக்கு ஒரு வாய்ச்சோறு யாரேனும் தந்தார்களா என்பது தெரியவில்லையே என்கிற மனக் குழப்பத்திலேயே அவளது சிறை வாழ்க்கை கழிவதாக அந்தக் கதை முடிகிறது. ஆகவேதான் அந்தக் காதலை 'ஊழ்வினை' என்று சொல்கிறார்.

திடுக்கிடும் துவக்கத்துடன் 'சீதை வேசியாக்கப்பட்டாள்' கதை நம்மை ஈர்க்கிறது. குடிகாரக்கணவனால் தம் வாழ்வை இழக்கும் பல பெண்களின் கதைகள் இத்தொகுப்பில் அடுத்தடுத்து வந்து கொண்டே இருக்கின்றன. இக்கதையில் அவன் குடிகாரனாக

மட்டும் அல்லாமல் மனைவியைச் சந்தேகப்படுபவனாகவும் இருக்கிறான். கண்ணால் காண்பதை மட்டும் வைத்து அதற்குமேல் தன் கற்பனையை வளர்த்துக்கொண்டு மனைவியை இம்சிக்கும் கணவன் அவன். மாமியார் இக்கதையில் மருமகளுக்குக் கை கொடுப்பவராகவும் கருணை உள்ளவராகவும் வந்து பெண்ணுக்குப் பெண்ணே எதிரி என்று புனையப்பட்ட கற்பிதத்தை உடைக்கிறார்.

சிறுகதைக்கான லட்சணங்களுடன் கச்சிதமாக வந்திருக்கும் கதை 'கனலி'. வேலை தேடிச் சென்னைக்குப் போய் தோழி வீட்டில் தங்கும் ஓர் இளம் பெண்ணின் மன நெருக்கடிகளை வெகு இயல்பாகவும் யதார்த்தமாகவும் சித்தரிக்கிறார். பழைய ஒருதலைக்காதலனின் உதவியைப் பெற்றாலும் வழக்கமான கதைகளைப்போல அதிரடி முடிவுகள் ஏதும் எடுக்காமல் அவளுடைய வளர்ப்புப் பின்னணிக்கேற்ற படி அவள் சென்னையை விட்டுத் தப்பி ஓடுகிறாள். கதாபாத்திர வார்ப்பும் தற்செயல் நிகழ்வுகளும் பொருந்திப்போகிற நல்ல கதை இது.

மாதவிலக்கு காரணமாக பெண்களை அந்த மூன்று நாட்களும் வீட்டுக்குள் வரவிடாமல் தனிமைப்படுத்தும் பழைய பத்தாம்பசலிப் பழக்கத்தால் மகளை இழக்கும் ஒரு தாயின் கதை 'தீட்டு'. இந்த நவீன காலத்திலும் இப்படி இன்னும் நடந்துகொண்டிருப்பது அதிர்ச்சியளிக்கிறது. புயல் வெள்ளத்தின் பின்னணியில் சொல்லப்படும் கதை வாசக மனதைப் பதட்டம் கொள்ளச்செய்கிறது.

ஒரு நாவலாக விரிந்திருக்க வேண்டிய கதையை 'பாக்கெட்டுக்குள் அடைத்ததுபோல வந்துள்ள கதை பாக்கெட் சாராயம்.' கல்குவாரியில் வேலை பார்த்த கணவன் பாம்பு கடித்து இறக்க, தன் இரு குழந்தைகளுடன் இன்னொரு கிராமத்துக்குக் குடிபெயரும் சரோஜா மாந்தோப்பிலிருந்து லாரியில் மாங்காய்க்கூடைகளை ஏற்றும் தினக்கூலியாகச் செல்கிறாள். அங்கே பாலியல் வக்கிரத்துக்கு ஆளாகித் துயருறுகிறாள். அதே பாலியல் குற்றவாளியால் பாலியல் வன்முறைக்கு ஆளாகிப் பின்னர் அவனையே கணவனாகச் சேர்த்துக்கொண்டு புது வாழ்க்கையை ஆரம்பிக்கிறாள். பாக்கெட் சாராயம் போட்டுச் சந்தையில் விற்கும் தொழிலில் கணவனும் மனைவியும் இறங்கி நிறையச் சம்பாதிக்கிறார்கள். பின்னர் அவனும் போலீசில் மாட்டிச் சிறை செல்ல இவளே கள்ளச்சாராயக்கடையை பொறுப்பேற்று நடத்தி வரும்போது ஐந்து கயவர்களால் பாலியல் வன்முறைக்கு ஆளாகிக் கொலையும் செய்யப்படுகிறாள்.

சர்க்கிள் இன்ஸ்பெக்டர் செல்லமுத்துவின் மகள் அன்னலட்சுமியைக் காணவில்லை என்கிற பரபரப்பான செய்தியுடன் துவங்கும் கதை “மூன்றாம் நாளும் விடிந்தது.” அவர் நேர்மையான கறாரான அதிகாரி. அதன் காரணமாகவே துறையில் அவருக்கு எதிரிகள் உருவாகிறார்கள். தாழ்த்தப்பட்ட சமூகத்தைச் சேர்ந்த ஓர் இளம் போலீஸ்காரனை விரும்பி அவனோடு உடன்போக்காகப் போய்விட்டாள் மகள் என்பதை அறிந்து ஆவேசமாகிறார்.அவருடைய சாதிக்காரர்கள் அப்படி ஓடிப்போகும் பெண்களை ஊர் மந்தையில் நிறுத்தி எல்லா ஆண்களும் அவள் தலையில் ஒன்றுக்கடிப்பார்கள். அப்படி ஒரு கேவலத்தை தனக்குத் தன் மகள் கொண்டுவந்து விட்டாளே என்று தன் இரண்டு மனைவிமார்களையும் அடித்துக்கொண்டு வீட்டுக்குள்ளேயே முடங்கிக்கிடக்கிறார். அவர் மீது முன்பகை கொண்ட துணை அதிகாரிகள் மகளைக் கண்டுபிடித்து மீட்டாலும் அவளை செல்லமுத்துவிடம் ஒப்படைக்காமல் அவளைப் பயன்படுத்திவிட்டு ஆந்திராவுக்குப் பாலியல் தொழிலுக்குத் தள்ளி விடுகிறார்கள். என்ன கொடூரமான முடிவு! காவல்துறை அதிகாரியானாலும் சாதிச்சங்கத்தின் கட்டப்பஞ்சாயத்துக்குக் கீழ்ப்படியும் மனநிலையோட இருக்கிறார் என்று காட்டியிருப்பது சமகாலச் சாதியச் சமூகத்தைப் படம் பிடிப்பதாக அமைந்திருக்கிறது.

இத்தொகுப்பில் ஒப்பீட்டளவில் மனதை அழுத்தும் பெரிய துக்கம் எதையும் தராத மென்மையான கதை இது ஒன்றுதான் என்று 'மீனாட்சி அத்தை' கதையைத்தான் சொல்ல முடியும். இக்கதையிலும் ஒரு துக்கம் உண்டு. தனக்குக் குழந்தை பிறக்கவில்லை என்கிற காரணத்தால் மாமியாரால் தாக்கப்படும் -கணவனால் ஆதரிக்கப்படாத-பெண்ணொருத்தி-தன் பால்ய காலத்தில் தன் மீது அன்பைப்பொழிந்த மீனாட்சி அத்தையை-அவருக்கும் குழந்தை இல்லை-அவருடைய அதே அன்பைத்தேடி நீண்ட வருடங்களுக்குப் பின் பயணிக்கும் கதை. நல்ல முடிப்புக்கொண்ட யதார்த்தமான கதை. சொல்லப்பட்ட விதமும் உயிர்ப்புடன் துலங்குகிறது.

பூரணச்சந்திரன் கதையும் ஒரு குடிகாரப் புருசனிடமிருந்து அடிகளுக்குத் தப்பி ஓடிவரும் ஒரு தாய் மற்றும் மகனின் கதைதான். ஆனால் அந்தத் தாயையும் பிரிந்து தனித்து ஒரு நகருக்கு வந்து ரயில் நிலையத்திலும் ரயிலிலும் பிச்சை எடுத்தும் ரயிலைக் கூட்டிப்பெருக்கியும் மாயக்கிழவி என்னும் பாட்டியுடன்

சேர்ந்து அந்தப் பையன் வாழும் வாழ்க்கைதான் கதையின் பெரும்பகுதி. அடித்தட்டு மக்கள் மற்றும் விளிம்பு நிலை மக்களை மட்டுமே தன் கதாபாத்திரங்களாகக்கொண்டு அமுதா செல்வி கதை எழுதுகிறார். இது அவர் படைப்புலகின் முக்கியமான அம்சமாக இருக்கிறது..

ஒன்பதாவது கதையான 'பசி கொண்ட இரவு' மிகுந்த அதிர்ச்சியளிக்கும் கதை. இப்படி ஒரு வாழ்வும் இருக்கிறதே என நம்மை விசனப்பட வைக்கும் கதை. நாம் வாழும் சமூகத்திலேயேதான் இந்த மக்களும் வாழ்கிறார்கள் என்பதை உணரும்போது ஏற்படும் அதிர்வும் வேதனையும் அதிகம். பாலியல் தொழிலுக்குத் தள்ளப்பட்ட பெண்களின் கதைகள் எத்தனையோ வாசித்திருந்தாலும் இந்தக்கதை மனதை ரணமாக்குகின்றது.

இந்த ஒன்பது கதைகளும் இதுவரை யாரும் எழுதாத பரப்புகளில் நின்று பேசுகின்றன. 'அத்தனையும் சோகக்கதைகளாகவே இருக்கின்றனவே மகிழ்ச்சியான முடிவுடன் கூடிய ஒரு கதை கூட உங்களால் எழுத முடியவில்லையா?' என்று அமுதா செல்வியிடம் கேட்டேன். அவர் சொன்னார், நான் சந்தித்த மனுஷிகளின் கதைகள் எழுதப்பட்ட இக்கதைகளைவிடவும் கொடுமையானவை.

உண்மை மட்டுமே கலையாகி விடுவதில்லை. தான் கண்ட வாழ்வின் உண்மைகளைக் கலையாக்க அக்கறையுடன் அமுதா செல்வி முயற்சித்திருக்கிறார். முதல் தொகுப்பு என்கிற வாசனையே தெரியாமல் கதைகள் பரிமளிக்கின்றன. வாழ்த்தி வரவேற்கிறோம்.

தோழமையுடன்,
ச.தமிழ்ச்செல்வன்
சிவகாசி-626124
15-11-2023

என்னுரை

இத்தொகுப்பில் உள்ள ஒன்பது கதைகளையும் எழுதத் தொடங்குவதற்கு முன்பாக எனக்குள் நிறைய தயக்கங்கள் இருந்தன. அவற்றையெல்லாம் உடைத்தெறிய நான் என் மனதோடு நிறைய உரையாடல்களை நிகழ்த்த வேண்டி இருந்தது. இவற்றையெல்லாம் எழுதலாமா வேண்டாமா என்ற மனக் குழப்பம் நெடுநாட்கள் என்னை பீடித்திருந்தது. ஏதாவது ஒரு வகையில் நான் சந்தித்த மனிதர்களை என் நினைவில் இருந்து தப்பி போகாத வகையில் அப்படியே படம் பிடித்து உறைநிலையில் வைத்துக்கொள்ள ஆசை கொண்டேன். அதன் நீட்சியே இந்த முயற்சி. உண்மை மனிதர்களின் வாழ்க்கை மீது புனைவு கலந்து எழுதப்பட்ட இந்த ஒன்பது கதைகளிலும் நிஜ மனிதர்களே உலாவுகிறார்கள். நாமெல்லாம் நினைத்துக் கொண்டிருக்கிறோம் இந்த சமூகத்தின் பிரச்சனைகளின் பெரும்பகுதி பொருளாதாரம் சார்ந்தது என்று. கடந்த 15 ஆண்டுகளில் நான் சந்தித்த மனிதர்கள் எனக்கு வேறு விதமான கற்பிதங்களை ஏற்படுத்தினார்கள். நடத்தை பிறழ்வும் மனப்பிறழ்வும் மனித வாழ்க்கையை எப்படி சிதைத்து சமூக நிறுவனங்களை குலைத்து போடுகிறது என்பதை நேரில் பார்த்தபோது நான் நடுங்கிப் போனேன். விளிம்பு நிலை மக்களின் வாழ்க்கை அனுபவங்களும் பிரச்சனைகளும் என்னுள் நிரம்பி அழுத்தி அதனால் பெரும் மன உளைச்சலுக்கு ஆளானேன். நான் சந்தித்த பெண்களின் வாழ்க்கைச் சூழலை பதிவு செய்ய வேண்டிய தேவையே இக்கதைகள் எழுத காரணமாய் இருந்தது. குரலற்ற அந்த மனிதர்களின் வாழ்க்கையை ஏதாவது ஒரு வகையில் பதிவு செய்வதே நான் அவர்களுக்கு செய்யும் நியாயம் என்று நம்புகிறேன்

புறந்தள்ளப்பட்ட பெண்களின் கதைகளை எழுதப் போகிறேன் என்று கூறியவுடன் சக தோழிகள் அதற்கெல்லாம் உன் வீடு அனுமதிக்குமா என்ற கேள்வியை எழுப்பி என்னை பயமுறுத்திய போது "இந்த சமூகத்திற்கு எது தேவையோ அதை எழுது அதனால் ஏற்படும் விமர்சனங்களை பற்றி கவலை கொள்ளாதே. விமர்சனமே இல்லாத கதைகளை எழுத வேண்டும் என்றால் நீ எழுதுவதை விட சும்மா இருப்பதே மேல்" என்று திரும்பத்

திரும்பக் கூறி என்னை எழுதத் தூண்டிய என் அன்பு கணவர் ஜெயசீலன் அவர்களுக்கு நான் தொடர்ந்து எழுவதன் மூலமாக நன்றி சொல்ல விரும்புகிறேன். எனக்கு எழுத வரும் என்பதை எனக்கு உணர்த்தி நான் எழுதுவதற்கு காரணமாய் இருந்த என் அன்பு ஆசான் பேராசிரியர் ச மாடசாமி அவர்களை நன்றியோடு நினைத்துப் பார்க்கிறேன். என்னுடைய ஒவ்வொரு கதைகளையும் உடனடியாக வாசித்து தேவையான பின்னூட்டங்களை மிகுந்த அக்கறையோடு வழங்கி எழுத்துலகில் என்னை வழி நடத்தும் பேரன்புக்குரிய தோழர் உதயசங்கர் அவர்களுக்கு எப்படி நன்றி கூறுவது என்று தெரியவில்லை. எழுதும் கதைகள் காலத்திற்கும் பேசப்படக்கூடிய கதைகளாக இருக்க வேண்டும் என்று கதைகளை வாசித்து கருத்து கூறிய அன்புத் தோழர் விஷ்ணுபுரம் சரவணன் அவர்களுக்கு பேரன்பும் நன்றியும். எப்போதும் உடன் பிறந்த சகோதரரை போன்ற வாஞ்சையோடு அன்பையும் ஆதரவையும் கொடுத்து என்னை எழுதத் தூண்டும் அண்ணன் ச. தமிழ் செல்வன் அவர்களுக்கு பேரன்பும் நன்றியும்.

பாபநாசத்தில் நடந்த படைப்பாளர்களுக்கான முகாம் கதை எழுதுவதில் எனக்கு புதிய பார்வையையும் புதிய நம்பிக்கையையும் ஏற்படுத்தியது. அது என் கதைகளில் செழுமையாய் வெளிப்பட்டது. அப்படியான ஒரு வாய்ப்பை கொடுத்த தமிழ்நாடு முற்போக்கு எழுத்தாளர் மற்றும் கலைஞர் சங்கத்திற்கு காலம் முழுவதும் நன்றியுள்ளவளாக இருப்பேன். மிகுந்த உரிமையோடு கதைகளை வாசித்து பிழை திருத்தி தந்த அன்பு தோழர் ஸ்ரீ ரசா அவர்களுக்கு அன்பும் நன்றியும் நான் எழுத நினைத்த அத்தனை கதைகளிலும் துயரங்களே நிரம்பி வழிந்ததால் மகிழ்ச்சியான ஏதாவது ஒரு கதையை எழுத நினைத்து அப்படியான மனிதர்களை நான் தேடிக் கொண்டிருந்தபோதுதான் நண்பர் கந்தசாமியை சந்தித்தேன். அவரின் சிறு வயது அனுபவமும் அவரின் அத்தையின் அன்பும் என்னை ஈர்த்தது. அப்படி உருவானது தான் மீனாட்சி அத்தை கதை. மீனாட்சி அத்தை என்ற உண்மை மனுஷியின் கதையில் புனையப்பட்ட சம்பவங்களின் ஊடாக அத்தையை உலாவ விடுவதற்கு அனுமதித்த அன்பு நண்பர் கந்தசாமி அவர்களுக்கு அன்பும் நன்றியும். நேரங்காலம் பார்க்காமல் கதைகளை வாசித்து பிழை திருத்தி தந்த அன்புக்குரிய விரிவுரையாளர் திருமதி மகாலட்சுமி அவர்களுக்கும் அன்புச் சகோதரி ராதிகா விஜயகுமார் அவர்களுக்கும் எனது அன்பும் நன்றியும் பேருந்து போக்குவரத்து

வசதி இல்லாத திருநெல்வேலி மாவட்டத்தின் ஒரு குக்கிராமத்தில் பிறந்த பெண் பிள்ளைகளாகிய எங்களை படிக்க வைத்து நாங்கள் சுயமரியாதையோடு வாழ காரணமாய் இருக்கும் எங்கள் அம்மா மாடத்தி கிருஷ்ணன் அவர்களை அன்போடு நினைத்துக் கொள்கிறேன். என்னை எப்போதும் உற்சாகப்படுத்தும் அன்பு நண்பர் கலகல வகுப்பறை சிவா, அண்ணன்கள் சத்தியமாணிக்கம், ரத்தின விஜயன், அன்புத்தோழர்கள் ஈரோடு ஷர்மிளா, தேனி சுந்தர் அன்பு மகள் ஆண்ட்ரியா ஜோஸ் மகன் கிறிஸ் ஆல்ட்ரின் ஜோஸ் அவர்களுக்கு எனது அன்பும் நன்றியும்

இந்த புத்தகத்தை அச்சிட்டு வெளியிடும் பாரதி புத்தகாலயத்திற்கும் தோழர் நாகராஜன் அவர்களுக்கும் தோழர் கோமதி அவர்களுக்கும் அன்பும் நன்றியும்.

கி. அமுதா செல்வி
மதுரை
6380714685

உள்ளடக்கம்

1. காதல் என்னும் ஊழ்வினை — 13
2. சீதை வேசியாக்கப்பட்டாள் — 29
3. கனலி — 45
4. தீட்டு — 60
5. பாக்கெட் சாராயம் — 69
6. மூன்றாம் நாளும் விடிந்தது — 88
7. மீனாட்சி அத்தை — 104
8. பூரணச்சந்திரன் — 117
9. பசி கொண்ட இரவு — 133

1

காதல் என்னும் ஊழ்வினை

விளக்கு மினுக் மினுக் என்று எரிந்து வெளிச்சம் பரப்பிக்கொண்டிருந்தது. நிறமிழந்த அந்தப் பெரிய மதில் சுவர்களுக்குள் இருந்த பரபரப்பு நீங்கி வெறிச்சோடிப் போய், அனைத்தும் அதன் உச்சபட்ச சோகத்தில் மூழ்கிக் கிடந்தன. அங்கிருந்த மௌனம் அவளின் துக்கங்களையெல்லாம் மேலெழும்பச் செய்ததால் அவளது உள்மனது ஒடுங்கிப்போய் நடுங்கிக்கொண்டே இருந்தது. கொசு ஒன்று அவளின் காதின் அருகே பறந்து, எழுப்பிய கோரச் சத்தத்தால் அவளின் உணர்வுச் சமநிலை உருக்குலைந்து கொண்டே வருவதை அவள் உணர்ந்தாள். அவள் கொஞ்சம் கொஞ்சமாய்ச் செத்துக் கொண்டிருந்தாள் என்று கூறினால் அது பொருத்தமாக இருக்கும். உங்களுக்குத் தெரியுமா! அவள் தூங்கி இன்றோடு முப்பது நாட்கள் ஆகிவிட்டன. அவளுக்குத் தூக்கமே வருவதில்லை. அவள் இன்னும் உயிரோடு இருப்பதே ஆச்சர்யமாக இருக்கிறது.

எத்தனை நேரம்தான் அந்த நாற்றத்திற்குள் அவள் படுத்தே கிடப்பாள்? எழுந்து உட்கார்ந்து கொண்டாள். தலை சுற்றுவது போல இருந்தது. கழிவறையிலிருந்து வந்த பீ நாற்றம் அந்த அறை முழுவதும் நிரம்பி இருந்தது. அந்த நாற்றம் அவளின் நிலையைத் தீவிரப்படுத்தியது. கடந்த ஒரு வாரமாக பின்னந்தலையில் கடுமையான வலி. தலையை இரண்டு கைகளால் அழுத்திப் பிடித்துக்கொண்டாள். எவ்வளவு அழுத்தமாகப் பிடித்தாலும் வலி மட்டுப்படவில்லை. மெல்லிய வெளிச்சம் படர்ந்து கிடந்த இடங்களில் அவள் பார்வையை உலாவவிட்டாள். விதவிதமான உணர்வுகளோடு உலாவிக் கொண்டிருந்த மனித மனங்கள் வலுக்கட்டாயமாக அமைதியின் கூண்டுக்குள் சுருண்டு கிடக்க முயற்சித்துக் கொண்டிருந்தன. நாட்டில் உள்ள பெரும்பான்மையான திருடர்களும் கொலையாளிகளும் ஒன்றாய்த் தங்கியிருந்த அந்த இடம் சூனியம் பிடித்ததுபோல காட்சி அளித்தது. இதயத்தைச் சுக்கு நூறாக்கும், கணக்கில் அடங்காத் துயரமான சம்பவத்திற்குள்

அவள் கொஞ்சம் கொஞ்சமாக மூழ்கிக் கொண்டிருந்தாள். ஒரு நிழலுரு அவளின் அருகில் வந்தது.

ஆண் என்றும் பெண் என்றும் ஊகித்து அறிய முடியாத அந்த உருவம் அருகில் வந்ததும் அவள் திடுக்கிட்டுத் திரும்பினாள்.

“பொட்டலம் இருக்கா?”

பதில் சொல்லாமல் அமைதியாக இருந்தாள்.

தலையில் ‘மடீர்’ என்று ஒரு போடு போட்டு மீண்டும் கேட்டது.

“பொட்டலம் இருக்கா?”

“இல்ல...” மெதுவாகச் சொன்னாள்.

“அது எப்படிடி உங்கிட்ட இல்லாமப் போகும்” மறுபடியும் ஓர் அடி விழுந்ததும் ஜெயக்கொடிக்குக் கோபம் தலைக்கு ஏற, “என்கிட்ட இல்ல”... என்று வெறிபிடித்தவள்போலக் கத்தினாள். அவள் அலறியது சிறை வார்டனுக்கே கேட்டுருக்கும், ஆனால் ஈ காக்காகூட அந்த இரவில் எட்டிப் பார்க்கவில்லை.

அந்த உருவம் என்ன நினைத்ததோ தெரியவில்லை. அவளைக் கடந்து திரும்பி நடக்கத் தொடங்கியது. சிறைச்சாலையின் உள்ளே அவளிருந்த அறையில் உடனிருந்த ஐந்து பெண்களும் ஐந்து விதமான கொடூரக் குற்றங்களில் ஈடுபட்டு, தண்டனை பெற்றவர்கள். ஜெயக்கொடி சிறைக்கு வந்து ஒரு மாதம் ஆகிவிட்டது. ஆனாலும் அந்த அறையில் இருந்த யாரோடும் இது வரை அவள் பேசியதே இல்லை. சொந்த நினைவுகளில் அலைக்கழிக்கப்பட்டு உறக்கம் வராமல் அவள் அவதிப்பட்டுக்கொண்டிருந்தாள்.

ஏதோ விபரீதமான சத்தம் கேட்க நிமிர்ந்து பார்த்தாள். இவளை அடித்து மிரட்டிய அந்த உருவம் ஒருத்தியின் முலையை வருடிக்கொண்டிருக்க அவள் முனங்கிக் கொண்டிருந்தாள். தண்டனைக் கூடத்தில்கூட உடலின் பசியைத் தீர்த்துக்கொள்ள நடந்த அந்த ஒத்த பாலின இசைவு இவளைப் பயமுறுத்தியது.

பாதுகாக்கப்பட்ட சிறைக்கூடத்திலேயே இவ்வளவு பாலியல் தொந்தரவு இருந்தால் சிறைக்கு வெளியே! அதை நினைக்கும் போது அவளுக்கு உயிரை, உருவி எடுப்பதுபோல பலமாய் வலித்தது.

ஜெயக்கொடி சிறைச்சாலைக்குள் இருந்தாள். மாநகரத்தின் மத்திய பகுதியில் சிறைச்சாலை இருந்தாலும் ஏழு கடல் தாண்டி ஏழு மலை தாண்டி தனித் தீவில் இருப்பதுபோல அவள் பயந்து நடுங்கினாள். எவ்வளவு அழுதாலும் தீராத வேதனை உள்ளத்திற்குள் பொங்கிக்கொண்டே இருந்தது. அழுது அழுது ஜெயக்கொடிக்கு மூஞ்செல்லாம் வீங்கிப் போயிருந்தது.

அவள் சிறைச் சாலையின் கம்பிகளுக்குப் பின்னால் யாரையோ தினமும் தேடிக்கொண்டே இருந்தாள். 'யார் வரப்போகிறார்கள் இந்த அநாதையைத் தேடி" என்று நினைக்கும்போது கண்ணீர் ஆறாக ஓடியது.

"சந்திரா.....சந்திரா" என்று அவளின் உதடு மட்டும் முணுமுணுத்தபடியே இருந்தது.

"கடவுளே! என்னைய ஏன் இத்தனை மோசமான நிலைக்குக் கொண்டு வந்த? இதுக்கு என்னய நீ கொன்னு போட்டிருக்கலாமே" என்று வாய்விட்டு பெருங்குரலெடுத்து அழுதாள்.

"என் பிள்ளை எப்படி இருக்காளோ?

அவளுக்கு யாராச்சும் சாப்பாடு கொடுத்திருப்பாங்களா?

ஒருவேளை! என் மகள் பட்டினியாக் கெடப்பாளோ!"

இப்படிப் பலவாறு நினைக்கும்போது அவளுக்கு வேதனையில் நெஞ்சே வெடித்து விடும்போல இருந்தது. அவள் ஆறுதலே அடைய முடியாதபடி அவளுக்குள் இருந்த துக்கம் ஊற்றெடுத்துக்கொண்டிருந்தது.

அக்கம் பக்கத்து அறையில் இருக்கும் பெண்கள் எவ்வளவு ஆறுதல் சொன்னாலும் அவள் எதையும் காதில் போட்டுக் கொள்ளாதவளாய் எங்கோ நினைவுக்குள் சிக்குண்டு வேதனையில் உருகிக்கொண்டிருந்தாள். எத்தனை முறை திரும்பத் திரும்ப யோசித்தாலும் செய்த தவறைச் சரிப்படுத்தவா முடியும்? இல்லை நடந்து முடிந்தவைகளை மாற்றத்தான் முடியுமா?.

அவளின் நினைவு அண்ணமார்பட்டிக்கு பறந்துகொண்டிருந்தது.

அண்ணமார்பட்டிக்குப் போனவேலை முடிந்ததும் ஜெயக்கொடி மதுரைக்குத் திரும்பிக் கொண்டிருந்தாள். 'விளக்குப் போடுவதற்குள் வீட்டிற்குப் போயிடணும்' தனக்குள் சொல்லிக்கொண்டே வேக வேகமாகப் பேருந்து நிறுத்தத்தை நோக்கி நடந்தாள்.

"அண்ணே! பொம்பளப் பிள்ளைய தனியா விட்டுட்டு வந்திருக்கேன். சீக்கிரமாப் போகணும்" இப்படி அனத்தி அனத்தியே போன வேலையை வேகமாக முடித்து விட்டாள்.

"எவ்வளவு நேரம் பிள்ளைய அடுத்த வீட்டில விட முடியும்? இருட்டுவதற்குள் எப்படியாவது வீடு போயிச் சேர்ந்திரணும்". மனதின் வேகத்திற்கு ஈடுகொடுத்து நடந்தாள். நடக்கும்போது கையில் இருந்த மஞ்சப்பையைக் கெட்டியாகப் பிடித்துக் கொண்டாள். ரோட்டின் இரண்டு பக்கத்திலும் அடர்ந்து வளர்ந்திருக்கும் கருவேல மரங்கள் காற்றில் இங்கும் அங்குமாய் ஆடின. அவிழ்ந்து விழும் பாவாடையை ஒரு கையிலும் சித்தியின் முந்தானையை மறு கையிலுமாக பிடித்துக்கொண்டு அண்ணமார்பட்டியிலிருந்து மதுரைக்குச் சென்றது மனதில் படம் போல ஓடியது. வாழ்க்கையின் அலைக்கழிப்பில் காலம் தன்னை ரொம்பத் தூரத்தில் தூக்கி வீசிவிட்டதாக உணர்ந்தாள். இத்தனை வருடத்தில் பெருசா எதுவும் மாறவில்லை. ஊர் அப்படியேதான் இருந்தது. மனிதர்கள்தான் மாறிப் போனார்கள்.

நூறு நாள் வேலை முடிந்து பெண்கள் வீடு திரும்பிக்கொண்டிருந்தனர். இவளை யாரும் இனம் கண்டு கொள்ளவில்லை. இவளுக்கும் பெருசா யாரையும் அடையாளம் தெரியவில்லை. பேருந்து நிறுத்தத்திற்கு வந்து சேர்ந்தபோது மூசு மூசுன்னு இரைத்தது. சுற்றிலும் பார்த்தாள், அங்கு யாரும் இல்லை. இப்பவும் வெயிலுக்கு அண்டிக்கொள்ள அந்த ஒற்றைப் புளிய மரம்தான் இருந்தது. அவள் ஊரைவிட்டுப் போகும்போது இருந்ததைவிடப் பல மடங்கு பெரியதாக இப்போது வளர்ந்திருந்தது. பஸ் எப்ப வரும் என்று கேட்கலாம் என்று பார்த்தால் கண்ணுக்கு எட்டிய தூரம் வரை யாரும் தென்படவில்லை.

அண்ணமார்பட்டி பஸ் ஸ்டாப்ல அரை மணிநேரமாக நிற்கிறாள். பேருந்து வந்தபாடில்லை. ஜெயக்கொடிக்கு நெஞ்சுக்குள்ள திக் திக்குன்னு இருக்குது. 'நானும் கூட வாரேன்'னு சந்திரா அழுது ரோட்டில் உருண்டது கண்ணில் நிழலாடியது. பவுனு அக்காதான் சந்திராவைப் பிடித்துக்கொண்டாள். "அம்மா! என்ன விட்டுட்டுப் போகாத... நானும் வாரேன்ம்மா!. 'அம்மா... அம்மா...' என்று கதறிய சத்தம் காதில் கேட்டுக்கொண்டே இருந்தது. அந்தச் சத்தம் கேட்கும்போது அவளின் கர்ப்பப்பை கதறுவதுபோல இருந்தது. அவளை அறியாமலே கண்ணீர் 'குபுக்' என்று வெளியே கொட்டியது. 'ஒரு வேளை எனக்கு எதுவும்

விபரீதமா நடந்து நான் செத்துப் போனா என் பிள்ளை கதி என்ன ஆகும்? அடுத்த வேளைச் சோத்துக்கு யார்கிட்டப் போயி எம்பிள்ள நிப்பா?'.

'ச்சீ...மனசு ஏன் இப்படி கண்டதையும் நினைக்குது. நான் யாருக்கு என்ன பாவம் செய்தேன். என் புள்ள ஏன் அநாதை ஆகப்போகுது?' என்று தன்னைத்தானே தேற்றிக் கொண்டாள். பக்கத்து வீட்டுப் பவுன் தாய் அக்காகிட்ட மக சந்திரகலாவை விடும்போது, அவளுக்குத் தேவையான சோத்தையும் குழம்பையும் சேர்த்துத் தான் கொடுத்துட்டு வந்தாள். இருந்தாலும் புள்ள வரும் போது அழுதது மனசை என்னமோ செய்தது. அவள்தான் ஜெயக்கொடிக்கு உலகம். சந்திராவுக்காகத்தான் தன் உயிரை வீம்புக்கு கெட்டியாகப் பிடித்துக்கொண்டு ஓடி ஓடி உழைக்கிறாள். தகப்பன் இல்லாத பிள்ளை இந்நேரம் என்ன செய்யுதோ என்ற தவிப்பு கூடிக்கிட்டே போக வழியில போற வண்டியை மறித்தாள்.

"தம்பி மதுரை பஸ்சை பிடிக்கணும். போற வழியில் இறக்கி விட்டுடு சாமி!"என்று வந்த வண்டியை மறித்து, ஏறிப் பக்கத்து ஊருக்கு வந்து மதுரைக்குப் பேருந்து பிடித்தாள். பஸ்சை விட்டு இறங்கும்போது மழை தூறல் போட்டது. மஞ்சள் பையை மடிக்குள் பொதிந்துகொண்டு வேகமாக நடந்தாள். மழை சட சடன்னு பெய்வதற்குள் வீடு போய் சேரணும்.எங்கயும் நிக்காமல் விருவிருன்னு நடந்தாள். என்னதான் நடையில் கவனம் இருந்தாலும் நொடிக்கு ஒரு முறை மடியை தொட்டு மஞ்சள் பையின் இருப்பை உறுதி செய்துகொண்டாள். தெருவிற்குள் நுழையும்போது தூறல் சுத்தமாக நின்றுவிட்டது. அவள் வீட்டை நெருங்கும்போது மணி ஐந்து இருக்கும். பக்கத்துத் தெருவில் இருக்கும் ஏசு கோயிலில் ஐந்து முறை மணி அடித்தது.

"பவுனக்கா!" என்று கூப்பிட்டுக் கொண்டே வாசலில் நின்றாள். உள் வீட்டில் உட்கார்ந்து பேன் இழுத்துக் கொண்டு இருந்த பவுன் அக்காவின் மாமியார் எட்டிப் பார்த்து, முடியை அள்ளிக் கொண்டை போட்டுக்கொண்டே வெளியே வந்தாள்.

"யாரு ஜெயக்கொடியா? என்னப்பா! போன வேலை முடிஞ்சுச்சா?"

"ஆமா ஆத்தா முடிஞ்சிட்டு."

"என்னப்பா! முடிஞ்சிட்டுன்னு இழுக்க. நல்ல வெலைக்கு தானே கொடுத்த?"

“அத ஏன் ஆத்தா கேட்குறீங்க. வெள்ளாம பார்க்க நாதியத்துப் போயி நான் சின்னப் பிள்ளையா இருக்கும் போது பக்கத்து ஊருக்காரனுக்குக் குத்தகைக்கு விட்டாள் என் சித்திக்காரி. அந்தப் பாவிங்க, வருஷக் கணக்கா அனுபவிச்சிட்டு கடைசில ஏமாத்திட்டானுங்க. ஒத்தப்பொம்பள தானே கேட்க ஆள் இல்லைன்னு அவனுகளுக்குத் தைரியம். நானும் நீட்டுன பேப்பரில் காட்டுன இடத்துல கையெழுத்தப் போட்டுட்டு குடுத்த காச வாங்கிட்டு வந்துட்டேன் ஆத்தா! எனக்குன்னு யாரு இருக்கா? நானும் எந்த ஜனத்தைக் கூட்டிட்டுப் போய் நியாயம் கேட்கிறது?” என்று பெருமூச்சு விட்டபடியே வீட்டை நோக்கி நடந்தாள்.

“இந்தாடி... சந்திரா! உங்க அம்மா வந்துட்டா. உன்னக் கூப்பிடுறா”.

சந்திரகலா வருவதற்குள் ஜெயக்கொடி வீட்டைத் திறந்து வேலை செய்யத் தொடங்கி விட்டாள். வெளியில் அலைந்து வந்தவளுக்குப் பொறுக்க முடியாத தலைவலி. டீத்தண்ணி குடிச்சா நல்லா இருக்கும்போல இருந்தது. அடுப்பங்கரைக்குச் சென்று அடுப்பைப் பற்ற வைத்தாள். தண்ணிய அடுப்பில் வைத்து விட்டு டீத்தூள் டப்பாவைப் பார்த்தாள். டப்பா காலியாக இருந்தது.

“ஏ.... பாப்பா அம்மாவுக்குத் தலைவலி தாங்க முடியல. கடைக்குப் போய் ஒரு தேயிலை பாக்கெட் வாங்கிட்டு வாரியா?”.

“சரிம்மா!” என்று துள்ளிக் குதித்து ஓடினாள் சந்திரா.

பையிலிருந்த நிலம் வித்த பணம் மூன்று லட்சத்தை எடுத்து பீரோவுக்குள் பத்திரப்படுத்தினாள். சந்திராவுக்கு வயசு பத்து ஆகுது. அவளுக்கு நல்லது கெட்டது பாக்குறதுக்காகவே குருவி சேக்குற மாதிரி பணத்தச் சேர்த்து மாச மாசம் சீட்டு கட்டி வருகிறாள். இதுதான் கடைசிச் சீட்டு. பிடிமான பணம் போக அறுபத்து ஒன்பதாயிரம் கிடைக்கும். இந்த மூணு லட்சத்தையும் சேர்த்துப் பொம்பளப்புள்ள பேருல டெபாசிட் பண்ணிடணும் என்று மனக்கணக்கு போட்டுக்கொண்டிருந்தாள்.

நேரமானது. கடைக்கு போன சந்திராவைக் காணவில்லை. தண்ணீர் தர தர என்று கொதிக்கத் தொடங்கியது.

“இன்னும் வரலையே... எங்க போனா இவ...” என்று வெளியே வந்து எட்டிப் பார்த்தாள்.

மாயாண்டி அண்ணன் தெரு முனையில் வந்துகிட்டு இருந்தது. “சீட்டுப் பணம் கொடுக்க தான் வாராரு போல” என்று நினைத்துக் கொண்டாள்.

“கடவுளே! காலம் கைகூடி வருது. எல்லாம் நல்லபடியா முடிஞ்சா உன் சன்னிதானத்துக்கு வந்து நானும் எம் மகளும் மொட்டை போட்டுக்குறோம்” என்று வேண்டுதல் வைத்தாள்.

“அண்ணே வாங்க. உங்களைத் தான் எதிர்பார்த்தேன். நீங்களே வந்துட்டீங்க. வாங்க உட்காருங்க” என்று வேகமாக உள்ளே போய் நாற்காலிய எடுத்து வீட்டின் முன் அறையில் போட்டாள்.

மாயாண்டி தன்னுடைய பணத்தையே இனாமாக் கொடுக்க வந்தவன் மாதிரி ரொம்ப கெத்தாப்பா உட்கார்ந்திருந்தான். மடியில் கட்டி இருந்த மஞ்சள் பையை அவிழ்த்து பணத்தை எண்ணத் தொடங்கினான். பணத்தை ஜெயக்கொடி ஆவலாய் பார்த்துக் கொண்டிருக்கும்போது சந்திரா வந்துவிட்டாள். உள்ள போய் டீய போட்டுக் கொண்டு வா என்று சந்திராவை அடுப்பங்கரைக்கு விரட்டினாள். பணத்தை எண்ணி முடித்து 'இந்தாம்மா அறுபத்து ஒன்பதாயிரம் இருக்கு' என்று கொடுத்தான். கையில வாங்கி கண்ணில் ஒத்தி மடியில் கட்டிக்கொண்டாள் ஜெயக்கொடி.

“இதோ இருங்க அண்ணே டீத் தண்ணி கொண்டு வரேன்” என்று உள்ளே ஓடினாள். உள்ளே செல்லும் ஜெயக்கொடியைப் பார்த்த மாயாண்டிக்கு மனதில் ஒரு திட்டம் பிறந்தது.

“ஒத்தப் பொம்பளையா இருந்து இம்புட்டுப் பணத்தைச் சம்பாதிச்சிட்டாளே. இவட்ட சைசாப் பேசி நைசா பணத்தை இரண்டு வட்டிக்கு வாங்கி வெளியில அஞ்சு வட்டிக்குக் கொடுத்தா மூன்று பைசா வட்டி நமக்கு லாபம். அவளுக்கும் லாபம் தானே” என்று நினைத்துக் கொண்டான்.

“இந்தாங்க அண்ணே!”. ஜெயக்கொடி டீயைக் கொடுத்தாள். தொண்டையை ஒரு செருமல் செறுமி டீயைக் குடிக்கத் தொடங்கினான்.

“நீயும் பாவம் ஒத்தப் பொம்பளையா கரிமேடு மார்க்கெட்ல வெங்காயம் வியாபாரம் பார்த்து அரும்பாடு பட்டுச் சம்பாதிச்சு இந்தப் பணத்தைச் சேர்த்துருக்க. உன்னப் பார்க்க ரொம்பச் சந்தோசமாவும் பெருமையாவும் இருக்குப்பா! அது சரி

ஜெயக்கொடி, இந்தப் பணத்தை வைச்சு என்ன செய்யப் போறதா யோசனை வச்சுருக்க?"

"சந்திரா பேர்ல பேங்க்ல டெபாசிட் பண்ணலாம்னு நினைச்சுருக்கேன் அண்ணே!".

"ஓ! அப்படி யோசிக்கிறியா... ம்ம்... பேங்க்குக்காரன் என்னப்பா வட்டி தரப்போறான்.... ஏப்பா... ஜெயக்கொடி, உன்னை என்கூடப் பிறந்த பிறப்பு மாதிரி நினைக்கிறேன். அந்த உரிமையில ஒரு யோசனை சொல்றேன்.கேப்பியா"...

"சொல்லுங்க அண்ணே!".

"பேசாம வெளியில கேட்குறவங்களுக்கு வட்டிக்குக் கொடுப்பா நிறைய வட்டிப் பணம் வரும். உனக்கும் பணம் சேரும்" என்று நைசா ஆசை வார்த்தை கூறினான்.

இவன் ரன் வட்டி, மீட்டர் வட்டிக்கு, கொடுத்து சம்பாதிக்க நம்ம பணத்தைக் கேட்கிறான் என்று ஜெயக்கொடிக்குப் புரிந்து விட்டது. 'பணம் இவன் வாய்க்குள்ள போச்சு திரும்பி வருமாங்குறது நிச்சயம் கிடையாது' என்று நினைத்தவள் "அது சரிப்பட்டு வராதுண்ணே!"என்றாள்.

"நீ உடனே சொல்ல வேண்டாம்ப்பா! நல்ல திட்டமா யோசி. பிறகு முடிவு சொல்லு. நான் நாளைக்கு வாரேன்" என்று கிளம்பினான். அடுத்த நாள் விடிந்தும் விடியாததுமா வீட்டுவாசலுக்கு வந்துவிட்டான். திண்ணையில் உட்கார்ந்து கொண்டான். சட்டைப் பையில் இருந்த கடைசிச் சிகரெட்டை எடுத்துப் பற்ற வைத்துக் கொண்டே வீட்டிற்குள் எட்டிப்பார்த்தான். இவனைக் கண்டதும் 'வாங்க அண்ணே' என்று கேட்டுவிட்டு உள்ளே சென்றவள், திரும்ப வெளியே வரவே இல்லை. இவனும் வீட்டிற்குள் எட்டிப்பார்ப்பதும் தெருவை வேடிக்கை பார்ப்பதுமாக இருந்தான்.

"என்னம்மா ஜெயக்கொடி! என்ன முடிவு பண்ணிருக்க?"

அடுப்படியில் வேலை செய்துகொண்டிருந்தவள், பட்டும் படாமலும் பதில் சொன்னாள்.

"சரி, ஒன்னும் அவசரமில்ல, நல்லா நிதானமா யோசிச்சுப் பதில் சொல்லு" என்று நடையைக் கட்டினான். வாரம் கடந்துவிட்டது. மாயாண்டி கடந்த ஒரு வாரத்திற்குள் ஒன்பது முறையாவது நடையா நடந்து பேசிப் பார்த்தான். மாயாண்டி

பேசின பேச்சுக்கு இந்நேரம் கல்லுகூடக் கரைஞ்சிருக்கும். ஜெயக்கொடி அப்படியே திண்ணக்கமாக இருந்துக்கிட்டு அசஞ்சு கொடுக்கல.

“பொட்ட மூதி இம்புட்டு தெளிவா இருக்காளே. இவளை நம்பி நானும் நாலு பார்ட்டிக்குப் பணம் தரேன்னு சொல்லிட்டேன். வெளியில தல காட்ட முடியல. கடன் கேட்டவனக் கண்டு பதில் சொல்ல முடியாம நான் ஓடி ஒளிஞ்சுக்கிட்டு திரியுறேன். வக்கில்லாத பயகிட்ட கடன் கேட்டா இப்படித்தான் அலைய விடுவான் என்று, கண்ட கடன்காரப் பயலுக என் காதுபடவே பேச ஆரம்பிச்சுட்டாங்க. இன்னிக்கு அவளைப் பார்த்து ரெண்டுல ஒண்ணு முடிவு கட்டிப்புடணும்” என்று வேகமாக வந்தான்

ஜெயக்கொடி வாசல் பெருக்கிக்கொண்டிருந்தாள். மாயாண்டி அங்கு வந்ததை அவள் கவனிக்கவில்லை.

“என்னம்மா! என்ன முடிவு பண்ணிருக்க?”

“நான் அன்னிக்கி சொன்னதுதான் அண்ணே! வேற நான் என்னத்தச் சொல்ல” என்று இழுத்தாள்.

“படுபாவி! அசைவனான்னு பிடிவாதமா நிற்காளே” என்று வாய்க்குள்ள முனங்கினான். எப்படியெல்லாமோ பேசிப் பார்த்தான்.

“உன் நல்லதுக்கும் உன் மக நல்லதுக்கும்தான் சொல்றேன். யோசிச்சுச் சொல்லு”ன்னு கிளம்பிட்டான்.

ஜெயகொடிக்கு மனசு கடந்த ஒரு வாரமா ஒரு நிலையில் இல்ல. 'மாயாண்டி அண்ணன் சொல்றது நம்ம நல்லதுக்குதானே என்கிறது ஒரு புத்தி. நம்ம பணத்தை ஏமாத்த நினைச்சிருந்தா சீட்டுப்பணத்தைக் கணக்கா கட்டுக்கட்டித் தந்திருக்காதுதானே.. அவரு ஊருக்கு எப்படி மனுஷனோ தெரியாது. நம்மளப் பொறுத்தமட்டில் நல்ல ஆள் தான். ஒத்த ரூபா ஆனாலும் கணக்காத் தானே கொடுத்தாரு'ன்னு ஒரு புத்தி சொல்லுது.

இன்னொரு புத்தி, “காலமெல்லாம் வட்டிக்குக் கொடுக்கிறேன்னு அலைஞ்ச சித்திக்காரி என்னத்தக் கோடில சம்பாதிச்சு கோட்டையை கட்டி வச்சா. ஒரு செண்டு நிலத்துல மூணு அறை கொண்ட இந்த வீடு மட்டும்தான் மிச்சம். சம்பாதிச்ச எல்லாத்தையும் இழந்துட்டு சோத்துக்குக் கதி இல்லாம இந்த வீட்டை மட்டும் என்கிட்ட

ஒப்படைச்சிட்டுக் கண்ண மூடிட்டா. வட்டிக்குக் கொடுத்து வாங்குறது நம்ம குடும்பத்துக்கு ராசி இல்லாதது. அது வேண்டாம்".

பணம் பீரோக்குள்ள பத்திரமா இருந்தது. ஜெயக்கொடியால ஒரு முடிவுக்கு வர முடியல. ஏதேதோ யோசனை வருது. ஜெயக்கொடிக்கு கூடப்பிறந்தவங்கன்னு யாரும் இல்ல. அவள் பிறந்த போதே அவ அம்மா செத்துப்போச்சு. அப்பாவும் ஜெயக்கொடிக்கு பத்து வயசு இருக்கும்போது தன்னோட ரெண்டாவது சம்சாரத்துகிட்ட மகளை ஒப்படைச்சிட்டுப் போய்ச் சேர்ந்துட்டாரு. சித்திக்குப் புள்ள குட்டி எதுவும் இல்லாததால் ஜெயக்கொடியத் தன்னோட சொந்த மக போல வளர்த்தாள்.

மகள் ஜெயக்கொடிக்கு எப்படியாவது நல்ல வாழ்க்கையை ஏற்படுத்திக் கொடுக்கணும் என்று புருஷனுக்குச் செய்து கொடுத்த சத்தியம் அவ சித்திக்குப் பெரிய நிர்ப்பந்தத்தைக் கொடுத்தது.

அண்ணமார் பட்டியில் தனக்கு இருந்த ஒரு ஏக்கர் நிலத்தைக் குத்தகைக்கு கொடுத்துட்டு, ஜெயக்கொடியைக் கூட்டிகிட்டு மதுரைக்குப் பொழைக்க வந்து, வியாபாரம் பார்த்து, சிறுகச் சிறுக சேர்த்து அஞ்சு வட்டிக்கும் பத்து வட்டிக்கும் கொடுத்து சம்பாதிக்க ஆரம்பித்தாள். கடன் வாங்கியவனுங்க சித்தியக் கொஞ்சம் கொஞ்சமா ஏமாத்திட்டு இடத்தக் காலி பண்ணிட்டு ஓடிட்டாய்ங்க. இனிக்க இனிக்க பேசினாப் போதும், சித்தி நம்பி வட்டிக்குப் பணத்தைக் கொடுத்துடுவா. வெளிஊரு வியாபாரிக்குக்கூடப் பணத்தைக் கொடுத்துட்டு, கடைசில ஏமாந்து போனதுதான் மிச்சம். கொடுக்கல் வாங்கல் போக, கரிமேடு மார்க்கெட்ல வெங்காய வியாபாரமும் செய்தாள். சித்தி வட்டி வசூல் பண்ணப் போகும்போது ஜெயக்கொடிதான் வியாபாரத்தைக் கவனிப்பாள்.

ஜெயக்கொடி நல்ல வாட்ட சாட்டமான பொண்ணு. அவளைப் போகும்போதும் வரும்போதும் நோட்டம் விடுவதுதான் பாண்டிக்கு முழு நேர வேலை. அங்க இங்கன்னு பார்த்தவன் கடைசில கடைக்கு எதிரிலேயே உட்கார்ந்து ஜெயக்கொடியப் பார்க்கிறதையே பொழப்பா வச்சுக்கிட்டான். இவளும் ஒருநாள் நிமிர்ந்து பார்த்துட்டா. அன்னிக்கே அவள் வாழ்க்கை கை மாறிப் போச்சு. பாண்டியின் வலையில் விழுந்த ஜெயக்கொடிக்கு அவன் மீது பித்துப் பிடித்துவிட்டது. அவன் என்ன சொன்னாலும்

கேட்கக் கூடியவளாக மாறிப் போனாள். அவனின் அத்தனை தேவைகளுக்கும் ஜெயக்கொடி பணம் தரத்தொடங்கினாள். சித்திக்குச் செய்தி தெரியவந்ததும் பேயாட்டம் ஆடினாள்.

உனக்குப் புத்தி கெட்டுப் போச்சா? அவன் அடி தடி, கொலை, கொள்ளைன்னு செஞ்சு அடிக்கடி ஜெயிலுக்குப் போறவன். கஞ்சா குடிக்கிற பய. அவனப் போயி...

ச்சீ வெக்கமா இல்ல... அதுக்குள்ள என்னடி உனக்குப் புருசன் கேட்குது?

என்னடி முறைக்குற... நாளைக்கு வயித்துல புள்ளைய கொடுத்துட்டு உன்ன நடுத்தெருவுல விட்டுட்டுப் போகும் போதுதான் உனக்கு புத்தி வரும். அன்னிக்கே ஆத்தா சொன்னாளேன்னு".

இப்படி என்னென்னவோ சொல்லிப் பார்த்தாள். ஜெயக்கொடி அசையவில்லை. "கட்டுனா அவங்களைத்தான் கட்டுவேன். இல்லன்னா நாண்டுக்கிட்டுச் செத்துப்போவேன்" என்று ஒத்த கால்ல நின்னு பாண்டியைக் கல்யாணம் கட்டிக்கிட்டாள்.

"நல்ல வாழ்க்கை அமைச்சுக் கொடுப்பேன்னு உங்களுக்குச் செய்து கொடுத்த சத்தியத்தை என்னால நிறைவேத்த முடியலைங்க" என்று வாய்விட்டுப் புலம்ப ஆரம்பித்துவிட்டாள். அந்த நினைப்பே அவளை நோயில கிடத்திருச்சு. கொடுத்த பணம் எதுவும் திரும்ப வரல. எல்லாம் சேர்ந்து சித்தியோட உயிரைப் பறித்துக் கொண்டது.

பாண்டியின் திமிர் கொண்ட நடையிலயும் ஆளை மயக்கும் பார்வையிலையும் சொக்கிப் போன ஜெயக்கொடி அவன் என்ன சொன்னாலும் செய்தாள். அவனுக்கு லோக்கல் ரவுடிகள் கூட பழக்கம் இருந்தது. அடிதடி செஞ்சு அப்பப்போ ஜெயிலுக்குப் போயிட்டு வந்தவனுக்குக் கல்யாண வாழ்க்கை கொஞ்சம் பொறுப்பைத் தந்தது.

"ஜெயா! இதுவரைக்கும் சூதானம் இல்லாமப் பொழைச்சுட்டேன். இனி உன்னயும் நமக்குப் பொறக்கப் போகும் பிள்ளைகளையும் சந்தோசமா வச்சுகிறதுதான் என்னோட முக்கியமான வேலை. நம்மளும் நாலு காசு சம்பாதிக்கணும்" என்று சொல்லத் தொடங்கினான்.

இந்தக் காலத்தில் நல்லவனுக்கே வேலை கிடைக்காது. ரவுடிப் பயலுக்கு எவன் வேலை தருவான்? கடைசில குடிக்கப் போன இடத்துல ஒரு புது யோசனை கிடைக்கவே அதையே தொழிலாக்கிவிட முடிவு செய்தான்.

"ஜெயா... என்னை நம்பி ஒரு பய வேலை தரமாட்டேங்குறானுக. சாராயம் கஞ்சான்னு வியாபாரத்துக்குப் போனா போலீஸ் கேஸ் ஆயிடும். அதனால ஒரு புதுத் தொழில் பத்தி நம்ம வேலு சொன்னான். எனக்கும் அது ரிஸ்க் இல்லாத வேலைமாதிரி தெரியுது" என்றான்.

"உங்களுக்கு எது சரின்னு படுதோ அதைச் செய்ங்க" என்றாள் ஜெயக்கொடி.

பார்மசியில் மருந்துப்பொருளாகப் பயன்படும் ஒரு திரவம், அதோட ஒரிஜினல் பேர் கூடப் பாண்டிக்குத் தெரியாது. 'இஞ்சி' அதுதான் அவனுக்கு தெரிஞ்ச பெயர். அவன் கூட்டாளி மூலமா பார்மசில ஆள் பிடித்து 'இஞ்சி' என்று சொல்லப்படும் மருந்தை வாங்கி வந்தான். தண்ணீரில் கலக்கிக் குடித்தால் அது தரும் போதை வேறு எதுவும் தராது. இதையே வியாபாரம் ஆக்கினான். 'இஞ்சி' என்று பெயரிடப்பட்டு அழைக்கும் திரவத்தில் தண்ணீர் கலந்து, பாட்டில்ல அடைத்து, ரகசியமாக வியாபாரம் செய்யத் தொடங்கினான். எவனாவது ஆகாத பயலுக போலீஸுக்கு போட்டுக் கொடுத்து ரைடுகூட சில நேரங்களில் நடக்கும். இரண்டு சுவருக்கு இடையில் பாட்டிலைப் பதுக்கித் தட்டி வைத்துக் கட்டி போலீஸ் கண்ணையே மறைத்து வியாபாரம் செய்யத் தொடங்கினான். அது பெரிய அளவிலான பழக்க வழக்கத்தில் கொண்டுபோய் விட்டது.

"என்னங்க! இதெல்லாம் வேண்டாம். போலீஸ், ஜெயில் இந்தப் போக்குவரத்து வேணாமுனுதானே ஒதுங்கி இருந்தோம். இப்போ கண்ட பயலுககூடச் சேர்ந்து சுத்துறது எனக்குப் பயமா இருக்கு." ஜெயக்கொடி எவ்வளவோ சொல்லிப் பார்த்தாள். அவனின் நடவடிக்கை கை மீறிப் போனது.

கரிமேட்டில் பெயர் சொல்லும் அளவுக்குப் பெரிய ரவுடியாக வளர்ந்து விட்டான் பாண்டி. கல்யாணம் ஆகி சில வருடங்கள் ஆனபோதும் வாரிசுக்கு ஒரு பிள்ளை இல்லை. இந்தக் கவலை ஜெயக்கொடியை வாட்டியது.

திருநகருக்கு ஒரு கட்டப்பஞ்சாயத்துக்குச் சென்றபோது ஏற்பட்ட கைகலப்பில் கத்தி ஒன்று பாண்டியைப் பதம் பார்த்து விட்டது. குடல் சரிந்து செத்துப் போனவனை நினைத்து நினைத்து அழுது புரண்டாள். அவன் செத்த துயரத்தில் இருந்தவள் வயிற்றில் வளரும் கருவைக் கவனிக்கவில்லை. வாந்தி, மயக்கம் என்று டாக்டரிடம் போகும்போதுதான் தெரிகிறது, செத்தவன் புள்ளையக் குடுத்துட்டுச் செத்துப்போயிருக்கான் என்று. விட்ட வெங்காய வியாபாரத்தை செய்யத் தொடங்கி இப்போ பத்து வருஷம் ஓடிப்போச்சு. எப்படியாவது சந்திரகலாவைப் படிக்க வச்சு நல்ல இடத்துல கட்டிக் கொடுத்திடணும். இதுதான் ஜெயக்கொடிக்கு இருக்குற ஒரே நோக்கம்.

மறுநாள் காலையிலேயே மாயாண்டி வீட்டு வாசலுக்கு வந்துட்டான். ஜெயக்கொடி திட்டமா மறுக்கவே மாயாண்டிக்குக் கோபம் உச்சிக்கு ஏறியது. மூளை வில்லத்தனமா யோசிக்கத் தொடங்கியது.

"சரி விடு. வட்டிக்கு கொடுக்கிறது உன் விருப்பம். நான் கட்டாயப்படுத்த மாட்டேன். ஆனால் பேங்க்ல ஏன் போடுற? அதுல உனக்கு என்ன பெருசா லாபம் வரப்போகுது? அதைச் சொல்லு எனக்கு" என்று சம்மணங்கால் போட்டு உட்கார்ந்து கொண்டான்.

"டெபாசிட் பண்ண பணத்த அஞ்சு வருஷத்துல ரெண்டு மடங்காத் தருவாங்களாம். சந்திரகலாவுக்கு இப்ப வயசு பத்து ஆகுது. எல்லாத்தையும் சேர்த்துப் போட்டு ஒரு லட்சம் ரூபாய் பேங்க்ல போட்டா அவளுக்குப் பதினைந்து வயசு ஆகும்போது இரண்டு லட்சம் கிடைக்கும். அவளுக்கு நகை நட்டு எடுத்து வச்சுருவேன்" என்று கூறிக்கொண்டே வேலையைச் செய்து கொண்டிருந்தாள்.

"ஒரு லட்சத்த இரண்டு லட்சமா மாத்த எதுக்கு அஞ்சு வருஷம் காத்திருக்கணும். ஒரே நாள்ல மாத்திடலாம்".

"என்ன அண்ணே சொல்றீங்க?."

"ஆமாப்பா! பணத்தைப் போட்டுப் பொருளை வாங்கி வந்து கைமாத்துனா போதும், பணம் டபுளா வரும்".

"புரியும்படி தெளிவாச் சொல்லுங்கண்ணே!"

“நீ நேரா கம்பத்துக்குப் போ. நான் கொடுக்கிற விலாசத்தில் இருக்கிற ஆள்கிட்ட போய் நான் சொன்னேன்னு சொல்லிக் காசு கொடு. அவன் அதுக்கு ஈடாகக் கஞ்சா தருவான். நீ மடியில கட்டி மறைச்சுக் கொண்டு வந்து ஆரப்பாளையத்தில் நான் சொல்ற ஆள்கிட்ட கைமாத்திட்டா போதும், பணம் டபுளா கிடைக்கும்”.

“என்ன அண்ணே சொல்லுறீங்க? என்னய என்ன நெனச்சீங்க? கஞ்சா வாங்கி விக்குற அளவுக்கு நான் தரங்கெட்டவன்னு நெனச்சீங்களா? என் கேடுகெட்ட காலம் ஒரு ரவுடிப்பயல விரும்பிக் கட்டிக்கிட்டேன். அந்தப் பாவத்துக்குத்தான் இன்னிக்கு இந்த கோலத்துல நிக்கேன். நான் மானத்துக்கு அஞ்சி ஒழுக்கமாப் பொழைக்குறது உனக்குப் புடிக்கலையா? நீ எல்லாம் ஒரு பெரிய மனுசன்னு உன்னை நடை ஏத்திப் பேசுனா நீ உன் புத்தியக் காட்டுறியா? கெளம்பு... நீ மொதல்ல கிளம்பு” என்று அவனை விரட்டி அடித்தாள்.

அன்று இரவில் ஜெயக்கொடிக்குத் தூக்கமே வரவில்லை. நினைவுகள் எங்கெங்கோ சுழன்று கொண்டிருந்தன. மாயாண்டி சொன்னதை திரும்பத் திரும்ப யோசித்துக்கொண்டே இருந்தாள். இப்படிப் பல தரப்பட்ட யோசனையோடு அந்த இரவு கண்ணீரில் கரைந்தது.

மறுநாள் காலையில் சந்திரா அழுதுகொண்டே வீட்டிற்குள் வந்தாள். குளிக்கப் போன புள்ள அழுதுகிட்டே வருவதை பார்த்தவளுக்கு ஒன்னும் புரியவில்லை. “என்னடி! ஏன் அழுவுற?” சந்திரா அழுது கொண்டே பாவாடையில் பட்ட கரையைக் காட்ட ஜெயக்கொடியும் சேர்ந்து அழத் தொடங்கினாள். இருவரின் அழுகைச் சத்தம் கேட்டுப் பக்கத்து வீட்டு பவுனுத்தாய் ஓடி வந்தாள். விஷயத்தைக் கேட்டுட்டு,

“நல்ல பொம்பள நீ! புள்ள பெரிய மனுசி ஆனத சந்தோசமாச் சொல்லுறத விட்டுப்புட்டு, சின்னப்புள்ளகூடச் சேர்ந்து நீயும் அழற”.

“பெரிய மனுசி ஆகுற வயசா இது? பத்து வயசு இப்போ தான் முடியப்போகுது.அதுக்குள்ள பெரிய மனுசியா ஆயிட்டாளே!” என்று அழுதாள்.

“நீ வாம்மா?” என்று சந்திராவை வீட்டிற்குள் அழைத்துச் சென்று குச்சில் கட்டி உட்கார வைத்தார்கள்.

இரவில் ஜெயக்கொடிக்குத் தூக்கம் வரவில்லை. அவ்வப்போது எழுந்து சந்திராவைப் பார்த்துக்கொண்டாள். ஒரு குழந்தையைப் போல படுத்துக் கிடக்கும் மகளைப் பார்க்கும்போது ஜெயக்கொடிக்கு அழுகை முட்டிக்கொண்டு வந்தது.

"ஒத்தப் பொம்பளப் பிள்ளைக்கு நல்லது கெட்டது பார்க்க அப்பங்காரன் இல்லாமப் போயிட்டானே!" அதை நினைக்கும் போதே அவளுக்கு அவள் மீதே பெருங்கோபம் வந்தது. "நான் செய்த பெரிய தப்புனால இன்னிக்கு என் பிள்ளை அனாதையா நிக்குறா. நான் எந்த சொந்த பந்தத்துக்குச் சொல்லி என் மகளுக்கு சடங்கு சுத்துவேன்". இப்படிப் பலவாறு நினைத்துக்கொண்டே மகளுக்குச் சத்தான சாப்பாடு கொடுக்க அந்த இரவிலும் மும்முரமாய் வேலை செய்து கொண்டிருந்தாள்.

ஜெயக்கொடி வியாபாரத்துக்கு போயி பத்து நாள்கள் ஆகிவிட்டன. தினமும் விதவிதமா களி செய்து தந்து பக்கத்திலிருந்து மகளை கவனித்துக் கொண்டாள். பதினோராவது நாள் சாயங்காலம் சடங்கு சுத்தத் திட்டமிட்டு எல்லா ஏற்பாடுகளையும் செய்யத் தொடங்கினாள். ஜெயக்கொடிக்குத் துணையாக பவுன்தாயும் அவளது மாமியாரும் கூடமாட ஒத்தாசை செய்தனர்.

ஜெயக்கொடி தேவையான பொருட்கள் வாங்க டவுனுக்குச் சென்றிருந்தாள். மாயாண்டி அவளைப் பார்த்துவிட்டான். பை நிறையப் பொருட்களை வாங்கிக் கொண்டு சுமக்க முடியாமல் சுமந்து வந்தாள். அதற்கு மேல் சுமையை தூக்கிக்கொண்டு நடக்க முடியாது என்று முடிவு செய்து பொருட்களை பத்திரமாக வைப்பதற்கு இடம் தேடினாள்.

"ராசு அண்ணே! இந்தப் பை இங்க இருக்கட்டும். இன்னும் கொஞ்சம் பொருள் வாங்கிட்டு வந்து எடுத்துட்டுப் போகிறேன்" என்று அருகில் இருந்த கடையில் பையை வைத்துவிட்டு துணிக்கடைக்குள் சென்றாள். அவள் அங்கிருந்து சென்ற நேரம் பார்த்து அங்கு வந்த மாயாண்டி, ஜெயக்கொடி கொடுத்து அனுப்பியதாக ஒரு மஞ்சள் நிறப்பையை ஜெயக்கொடியின் பைக்குள் வைத்தான். இது எதுவும் தெரியாத அவள் பையைத் தலையில் வைத்துக்கொண்டு நடக்க முடியாமல் நடக்கத் தொடங்கினாள்.

நெடுநெடுன்னு வளர்ந்த ஓர் ஆளு ஜெயக்கொடிய நிப்பாட்டி, "பையை இறக்கு" என்றார். ஜெயக்கொடிக்கு எதுவும் புரியவில்லை.

“ஏன் இறக்கணும்? நீங்க யாரு?” என்று கேட்டதும் வந்தவருக்குக் கோபத்தில் கண்கள் சிவந்துபோயின.

“இறக்குன்னு சொல்லுறேன், சொன்னதச் செய்யாம கேள்வியா கேக்குற?” கன்னத்தில் ஓர் அடி போட நிலை தடுமாறி பையோடு அவளும் ரோட்டில் விழுந்து கிடந்தாள்.

“ஏன்டி நோனி மவளே! நீ துணிக்குள்ள வச்சு கஞ்சா கடத்துவ. போலீஸ் பார்த்துட்டு சும்மா வெரலச் சப்பிட்டு இருக்குமா? நடடி ஸ்டேசனுக்கு”...என்று பிட்டத்தில் ரெண்டு மிதி மிதித்து அவளை இழுத்துச் சென்றான்.

உளுந்தஞ்சோறும் கோழிக்குழம்பும் செய்து தாரேன்னு சொன்ன அம்மா இன்னும் வரவில்லையேன்னு சந்திரா குச்சிலின் ஓட்டை வழியாக இமைக்காமல் வாசலைப் பார்த்துக்கொண்டே இருந்தாள்.

2

சீதை வேசியாக்கப்பட்டாள்

ஓட்டமும் நடையுமாக சீதை வீடு வந்து சேர்ந்தாள். வீட்டின் கதவு திறந்து கிடந்தாலும் வீட்டிற்குள் செல்வதற்கு அவளுக்குப் பயமாக இருந்தது. தயங்கியபடியே வீட்டின் வெளியே ரோட்டோரத்தில் நின்றுகொண்டிருந்தாள். எவ்வளவு நேரம் அவள் அப்படி நின்றிருந்தாள் என்று அவளுக்கே தெரியவில்லை. காதைக் கூர்தீட்டிக்கொண்டு வீட்டிற்குள் நடப்பதை உற்றுக் கேட்டாலும் உள்ளே என்ன நடக்கிறது என்பதை அவளால் அனுமானிக்க முடியவில்லை.

'என்ன நடந்தாலும் சரி... வீட்டிற்குள் சென்று விடுவோம்' என்று முடிவு செய்து இரண்டு எட்டு முன்னே எடுத்து வைத்தாள். மூன்றாவது எட்டு எடுத்து முன்னே வைக்க முடியவில்லை. கால்கள் பின்னிக்கொண்டன. ஏதோ ஒரு பெரும்பயம் அவளை வீட்டிற்குள் நுழைய விடாமல் வழிமறித்துத் தடுத்து தடுமாறச் செய்தது. அவள் நின்று விட்டாள். நேரம் சென்றுகொண்டே இருந்தது. எந்த அரவமும் இன்றிக் காணப்பட்ட அந்த ஊரின் அடர்ந்த மவுனம் கலையத் தொடங்கும் நேரம் நெருங்கியது 'இதற்கு மேல் வெளியே நிற்பது அவ்வளவு சரியாக இருக்காது. இன்னும் கொஞ்ச நேரத்தில் ஆட்கள் நடமாடத் தொடங்கிவிடுவார்கள்'

மனதைத் திடப்படுத்திக்கொண்டு வீட்டிற்குள் செல்ல முடிவு செய்தாள். அவள் குடிசைக்குள் நுழைந்தபோது கிழக்கே அடிவானத்தில் வெள்ளி முளைத்திருந்தது.வீட்டின் நிலைப்படி தலையில் இடித்துவிடாமல் இருப்பதற்காக சீதை குனிந்தபடியே வீட்டிற்குள் சென்றாள். ஏதோ ஒன்று தலையில் முட்ட நிமிர்ந்து பார்த்தவள் 'ஐயோ என அலறினாள்...!'

'சீதாக்கா...' என்று கூப்பிட்டுக்கொண்டே பக்கத்து வீட்டிலிருந்த சீதையின் ஓர்ப்படியாள்(ஓபுடியா) காமாட்சி ஓடி வந்தாள். வீட்டிற்குள் நுழைந்த வேகத்தில் பதறி அடித்து வெளியே வந்தாள். வேர்க்க விறுவிறுக்க வரும் காமாட்சியைக் கண்ட அவளின் புருஷனுக்கு ஒன்றுமே புரியவில்லை.

'என்னடி...!? ஏன் இப்படி ஓடி வர?'

காமாட்சி திக்கித் திணறினாள்.

'என்னடி! என்ன ஆச்சு? சொல்லு' என்று அவளைப் பிடித்து உலுக்கினான் கண்ணன். அவளின் வாய்க்குள் சிக்கிக்கொண்டிருந்த வார்த்தைகள் வாயிலிருந்து வெளியே வராமல் தர்ணா செய்தன. நாக்கு அன்னத்தில் ஒட்டிக்கொண்டு குளறியது. பயத்தில் கண்களைப் பெரிதாக உருட்டினாள். எதையோ சொல்ல எத்தனித்தவளால் எதையுமே சொல்ல முடியவில்லை. கையை மட்டும் சீதையின் குடிசையின் பக்கம் நீட்டினாள். காமாட்சியின் கண்களில் இருந்து கண்ணீர் ஓடிக்கொண்டிருந்தது. கண்ணனுக்கு ஒன்றுமே புரியவில்லை. அவன் வேகமாகச் சென்று சீதையின் குடிசைக்குள் நுழைந்தான்.

சீதையின் புருஷன் நிர்வாணக் கோலத்தில் நாக்கு தள்ளியபடி கண்கள் பிதுங்க தூக்கில் தொங்கிக்கொண்டிருந்தான். சீதை மயங்கி சரிந்து கிடந்தாள்.

அண்ணன் நிர்வாணக் கோலத்தில் தொங்குவதைக் கண்ணனால் சகிக்கமுடியவில்லை. அவனுக்கு உடலெல்லாம் நடுங்கியது. கண்ணீர் வரவில்லை என்றாலும் துக்கம் தொண்டையை அடைத்தது. நாற்காலியில் ஏறிப் பிணத்தைக் கீழே இறக்கினான். அதற்குள் காமாட்சி ஆட்களைக் கூட்டிக்கொண்டு ஓடிவந்தாள்.

சீதையின் வீட்டின் முன்பாகக் கூட்டம் கூடிவிட்டது.

ஏண்டி... கமலா! இந்த குடிகாரப்பாவி இப்படிச் செய்துட்டானே!... பாவம்டி சீதை! சின்னப்பிள்ளைகளை வச்சுக்கிட்டு எப்படித் தான் பிழைக்கப் போறாளோ? என்றாள் அழகம்மாள்.

'ம்க்கும்... என்னத்தப் பாவம்? முனியப்பன் இல்லாதது இனி சீதைக்குக் கூடுதல் வசதிதான்டி' என்றாள் வடிவு.

'ஏண்டி! நாக்குல எலும்பு இல்லன்னா என்ன வேணாலும் பேசுவீங்களா? எங்க நின்னு என்ன பேச்சு பேசுறீங்க?' என்றாள் மணிமாலா.

'அங்க பாருங்கடி. போலீஸ் ஜீப் வருது.'

'அதுக்குள்ள யாருக்கா போலீஸுக்குத் தகவல் சொல்லிருப்பாங்க?'

'எங்கம்மா அந்தப் பொம்பள? இன்ஸ்பெக்டர் கூப்பிட்டாருன்னு கூட்டிட்டு வாங்க'

சீதை அழைத்து வரப்பட்டாள்.அவளின் துயரக் கோலத்தைப் பார்த்ததும் இன்ஸ்பெக்டர் தன் கடினத்தன்மையைக் குறைத்துக் கொண்டு விசாரிக்கத் தொடங்கினார்.

'நீ எப்போ வீட்டிற்கு வந்த?'

மௌனம்...

'நீ கடைசியாக எப்போ உன் புருஷனப் பார்த்த?'

மௌனம்...

'ராத்திரி நேரத்துல உனக்கு வெளியே என்ன வேலை?'

அவள் அதற்கும் பதில் சொல்லவில்லை.

'உன் புருஷனுக்கும் உனக்கும் என்ன பிரச்சனை?'

தரையைப் பார்த்தபடியே வாய் திறவாமல் உட்கார்ந்திருந்தாள்.

'அவன் தூக்கு மாட்டிக்கொள்ளும் அளவுக்கு நீ அவன என்ன செஞ்ச?'

இப்படியாகக் கேள்விகள் தொடர்ந்தன.

பெரும்பான்மையான கேள்விகளுக்கு மௌனத்தையே பதிலாகத் தந்து கொண்டிருந்தாள் சீதை. தலைவிரி கோலத்துடன் முகமும் கண்களும் வீங்கி பார்ப்பதற்குப் புத்தி பேதலித்தவளைப் போல் காட்சியளித்தாள்.

அவன் மரணித்துப் பத்து நாள்கள் ஆகிவிட்டன. சடங்கு சம்பிரதாயங்கள் எல்லாம் முடிந்தன, ஆனாலும் சீதை தன் குடிசையை விட்டு வெளியே வரவில்லை.

காமாட்சிதான் அடிக்கடி வந்து சீதையிடம் பேசிக் கொண்டிருந்தாள்.

"ஊரிலுள்ள பொம்பளைங்க வாய்க்கு அவல் போட்ட மாதிரி போக்கத்தவன் போய்ச் சேர்ந்துட்டான். எவ வீட்டிலும் எழவு விழாதா என்ன? அவ அவ இஷ்டத்துக்கு ஒவ்வொரு கதையைக் கட்டி விடுறாளுக''. கொண்டு வந்த கஞ்சியை வைத்துவிட்டு அக்கம்பக்கத்தில் என்னவெல்லாம் பேசுகிறார்கள் என்று புலம்பிக்கொண்டே காமாட்சி கிளம்பிவிட்டாள். சீதை எதையும் கேளாதவள்போல் சிலை என சமைந்திருந்தாள். அவளை அண்டிக் கிடந்த குழந்தை ஓயாது அழுதுகொண்டே இருந்தது. அவள்

குழந்தையை மடியில் கிடத்தித் தட்டிக் கொடுத்து சமாதானம் செய்ய முயற்சித்தாள். குழந்தை தொடர்ந்து அழுது கொண்டே இருந்தது. கிண்ணத்தில் காமாட்சி கொண்டுவந்திருந்த கஞ்சியை எடுத்துக் குழந்தைக்கு ஊட்டினாள். ஒரு வாய்க்கு மேல் அடுத்த வாய் வாங்காத குழந்தை மீண்டும் அழுதது. அவள் தொட்டிலில் கிடத்தி ஆட்டத் தொடங்கினாள். அழுகை மட்டும் நின்றபாடில்லை.

குழந்தையைத் தூக்கித் தோளில் போட்டுக்கொண்டு மெல்ல குடிசைக்குள் நடந்தாள். குழந்தையின் அழுகைச் சத்தம் கூடியது. அவள் குழந்தையைக் கீழே இறக்கி விட்டாள். ஏதேதோ சமாதானம் செய்தாள். எதற்கும் கட்டுப்படாத குழந்தையைப் பார்த்த சீதைக்கு என்ன செய்வது என்றே தெரியவில்லை. ஒரு கட்டத்தில் அவள் பொறுமை இழக்கத் தொடங்கினாள். 'நீ பிறந்த பிறகுதான் என்னைச் சனியன் பிடித்து ஆட்டுகிறான்' என்று திட்டிக்கொண்டே ஓங்கி ஒரு அடி முதுகில் வைத்தாள். குழந்தை நிலை தடுமாறிக் குப்புற விழுந்துவிட்டது. பரிதாபமாக அழும் குழந்தையை வாரி அணைத்துக்கொண்டு அவளும் அழுதாள்.

'அக்கா! ஒரு முக்கியமான விஷயம்' என்று மூச்சிரைக்க ஓடிவந்தாள் காமாட்சி.

'என்ன முக்கியமான விஷயம்?' என்னோட மகன் பெருங்குடிகாரன். அதனால புத்தி பேதலிச்சுத்தான் தூக்கு மாட்டிச் செத்துப் போனான். என் மருமக பாவம் அவளுக்கு ஒன்னும் தெரியாதுன்னு நம்ம மாமியா கிழவி போலீஸ்ல சொல்லிருச்சாம். அந்த வாக்குமூலத்தை வச்சு சந்தேக மரணம் என்று எழுதிய எப். ஐ. ஆரினை தற்கொலைன்னு மாத்தி எழுதி போலீசு வழக்கை முடிச்சுட்டாங்கக்கா!" என்று காமாட்சி சொன்னது சீதைக்கு எந்த மகிழ்ச்சியையும் தரவில்லை.

அவள் இரவும் பகலும் குடிசையின் மூலையில் குத்துக்காலிட்டு உட்கார்ந்தபடியே விட்டத்தைப் பார்த்துக்கொண்டிருந்தாள். மாமியா கிழவிதான் கஞ்சி வைத்துப் பிள்ளைகளுக்குத் தந்தாள்.

"அம்மா சீதை! எவ்ளோ நாள்தான் இப்படிச் சாப்பிடாம இருப்ப? கொஞ்சம் இந்த கஞ்சியக் குடி" என்றாள் மாமியார் பஞ்சவர்ணம். கஞ்சியைத் திரும்பிக்கூடப் பார்க்கவில்லை. அவள் துக்கமாக இருந்தாள். எந்தப் பேச்சும் அவளுக் மன ஆறுதலைத் தரவில்லை.

இந்தப் பிரபஞ்சத்தின் அந்தகார வெளிச்சம் அவளை அச்சுறுத்தியது. அவள் அனைத்தையும் வெறுத்தாள். லேசான சூரிய வெளிச்சம் கூடத் தன்னை பஸ்பம் ஆக்கி விடுமோ என்று அவள் நடுங்கினாள். அவளுக்குப் புத்தி பேதலித்துவிட்டதோ என்றுகூடப் பஞ்சவர்ணத்திற்கு அவ்வப்போது சந்தேகம் தோன்றியது. அவளும் அப்படித்தான் தோற்றமளித்தாள். அவளின் கண்கள் எந்தக் காட்சியையும் காண விரும்பவில்லை. அதனால் அவள் வீட்டை விட்டு வெளியே போகாமல் உள்ளுக்குள்ளேயே முடங்கிக் கிடந்தாள்.

கொடூரமாகக் கொலை செய்தவன் தன்நிலை திரும்பியதும் பயத்திலும் குற்ற உணர்விலும் நடுங்கிக் கொண்டிருப்பதுபோல அவள் அவ்வப்போது நடுங்கினாள். இரண்டு குழந்தைகளும் அவளின் அருகாமையில் சுருண்டு கிடந்தார்கள். அவளின் அடி மன ஆழத்தில் தங்கி கெட்டி தட்டிப் போன அத்தனை கசப்புகளும் மெல்ல எழும்பி மேலே வந்தன. அவளுக்கு எல்லாம் வெறுப்பாய் இருந்தது. பிணமாய்த் தொங்கிய புருஷனின் ஞாபகம் மிதந்து வந்து அவளை அச்சப்படுத்தியது.

கண்களை இறுக மூடிக்கொண்டாள். கண்களை மூடிக்கொண்டால் காட்சி மறைந்து விடுமா என்ன? இன்னும் நெருக்கமாய் ஞாபகத்திற்குள் வந்து அவளை மிரட்டியது. அவனை மறக்க நினைக்கும் ஒவ்வொரு மணித்துளியும் அவனின் தொங்கிய நாக்கும், பிதுங்கிய விழிகளும் நினைவில் அணிவகுத்து வந்து நீ வேசி....நீ வேசி என்று அவளைச் சித்ரவதை செய்தது.

இரண்டு உடல்களின் அந்தரங்க ரகசியம் வெளிப்படும்போது ஏற்பட்ட வெறுமை ஊதிப் பெருத்துக்கொண்டே போனது. ஊர் ஏதேதோ பேசியது. சீதை வரையறுத்துச் சொல்ல முடியாத துக்கத்தில் மூழ்கிக் கிடந்தாள். இருளின் அத்தனை துகள்களுக்குள்ளிருந்தும் புருஷனின் கோரமுகம் அகோரமாய் சிரித்து அவளை மூர்ச்சை அடையச் செய்தது.அவள் சரிந்து விழும்போதெல்லாம் அவளின் இரண்டு குழந்தைகளும் அவளிடம் மிக நெருக்கமாகச் சென்று அவளை உரசியபடி படுத்துக்கொண்டன.

அவள் நினைவுச் சுழலில் சிக்கிக்கொண்டாள்.வாழ்வின் சீரற்ற பயணத்தில் அவனிடம் அவள் கண்டது வெற்று வெறுமை மட்டுமே. கூடலுக்காகக் காத்திருந்த எத்தனையோ இரவுகளில் அவள் அடைந்த ஏமாற்றம் சொல்லி மாளாது. குடித்துவிட்டு

நினைவிழந்து கிடக்கும் புருஷனிடம் அவள் என்ன மகிழ்ச்சியை அடைந்துவிட முடியும்? உடலில் ஏற்படும் உணர்வு அதிர்வுகள் கொடுக்கும் இம்சையையும் அவமானத்தையும் மனதிற்குள் அடைகாத்து தனக்குத்தானே சூடேற்றி இறுதியில் குற்ற உணர்வின் கூண்டிற்குள் அடைபட்டு ஆழப் புதைந்து மீள முடியாமல் தனக்குள் தன்னைச் சுருக்கி, சுருண்டு படுத்துக்கொள்வாள்.

அவளின் ஆரம்ப கால வாழ்க்கை அவளுக்கு அப்படி ஒன்றும் கடினமானதாகத் தெரியவில்லை. அடிப்படையில் சீதை மிகுந்த அன்பு நிறைந்தவள். அன்புக்காக ஏங்கும் பெண்ணாகவே பிறந்தது முதல் இப்போது வரை இருக்கின்றாள். திருமணம் தன் வாழ்வின் அத்தனை துயரங்களிலிருந்தும் தன்னை மீட்டு விடும் என்ற கனவைச் சுமந்து திரிந்தவளுக்கு ஆரம்பத்தில் எல்லாம் நன்றாகத்தான் போனது. அவள் விரும்பிய அளவுக்கு வாழ்க்கை இல்லாவிட்டாலும் அவள் அவனுடன் மகிழ்ச்சியாகத்தான் வாழ்ந்தாள். நாள்கள் செல்லச் செல்ல அவன் குடிகாரனாகவும் சந்தேகப் பிராணியாகவும் மாறி அவளை இம்சிக்க ஆரம்பித்தான்.

அன்று மதியம் ஒரு மணி இருக்கும். திடீரென வீட்டிற்குள் வந்து நின்றான். சீதை என்னவோ ஏதோ என்று பதறிப்போனாள்.

'என்னங்க! இந்த நேரத்துல வந்துருக்கீங்க? வேலைக்குப் போகலையா?'

'போனேன்...போனேன்...'

அவனின் குதர்க்கமான பதில் அவளுக்குக் குழப்பத்தைத் தந்தது.

'சாப்பாடு எடுத்து வைக்கவா...?'

'சாப்பிட்டாச்சு.... சாப்பிட்டாச்சு'

அவன் கண்கள் வீட்டிற்குள் துழாவிக் கொண்டே இருந்தன.

'என்ன தேடுறீங்க... எதையும் மறந்துட்டுப் போயிட்டீங்களா?'

'இல்ல...'

'அப்புறம்...'

'நீ வீட்டில் தனியாத்தான் இருக்கியா? இல்ல, கூட எவனும் இருக்கானான்னு பார்க்கத்தான் வந்தேன் என்றான்.

அப்படியே அவன் மீது பாய்ந்து அவனைக் கொன்று புதைத்து விடுமளவிற்கு அவளுக்குக் கோபம் வந்தது. ஆனால் அதைச்

செயல்படுத்த அவளுக்குத் தைரியம் இல்லை. எப்பவும்போல் அவள் மௌனமாய்த் தலை குனிந்து கொண்டாள்.

'உப்புச் சப்பில்லாத தன் தாய் வீட்டு வாழ்க்கையே மேல்' என்று சீதைக்குத் தோன்றியது. 'இப்படி ஒரு சந்தேகப் பிராணியுடன் வாழ்வதை விட அம்மா வீட்டிற்கே திரும்பப் போய்விடலாம்' என்று நினைத்த நாளில்தான் அவள் கருவுற்றது தெரிய வந்தது.

கற்பனா அன்பின் ஈரம் அவளை மெல்ல நனைக்கத் துவங்கியது. தன் வயிற்றில் வளரும் குழந்தையை அணு அணுவாகக் கவனித்துச் சிலாகித்தாள். அவள் தன் வயிற்றுக்குள் இருந்த கருவுடன் பேசிப் பேசி காலத்தைக் கடத்தினாள். யாரிடமும் பேசாமல் தன்னந்தனியாக தன் குழந்தையோடு இருக்கும் அந்த குட்டி உலகம் அவளுக்கு புதுத் தெம்பைத் தந்தது. தாய்க்கும் பிள்ளைக்கும் இடையேயான சத்தமற்ற அந்தப் பிணைப்பு கோரமான வெப்ப நாளில் ஓசையின்றிக் கொட்டிய பனிமலையைப் போல இதமாய் இருந்தது.

வீடு அவளின் உலகமானது. குடிசை வீடு என்றாலும் அதற்குள் முடங்கிக் கிடக்கவே பெரு விருப்பம் கொண்டாள். தனது திருமண வாழ்வில் அவள் அடைந்த மகிழ்ச்சியின் நீட்சியாக ஏற்பட்ட புது உறவு வழியே அவளது நாள்கள் வண்ணமயமாக மாறத் தொடங்கின. நாள்கள் ஓடின. வருடங்கள் கடந்தன. இரண்டாவது பிள்ளைக்குத் தாயானாள் சீதை.

அந்தர்; கருவின் மீது அவனுக்கு பெரும் சந்தேகம் எழத்தொடங்கியது. அவள் வயித்துல வளருவது தன் பிள்ளை தானா? என்று அடிக்கடி அவளிடம் கேட்கத் தொடங்கினான்.

அவன் அவளோடு கூடியிருந்த நாள்களைக் கணக்கிட்டுப் பார்த்தான். கருவின் வயதையும் கைவிட்டு எண்ணிப் பார்த்தான். அவன் கணக்கு தப்பாகவே இருந்தது. அன்று இரவு வெகு தாமதமாக வீடு வந்து சேர்ந்தான். நல்ல போதை. அவன் வருகைக்காக வீடு திறந்தே இருந்தது. வயிற்றுப்பிள்ளைக்காரி அசந்து தூங்கிவிட்டாள். அவன் வந்ததை அவள் கவனிக்க வில்லை. போதையில் தள்ளாடிய படியே நின்றுகொண்டு சீதையை உற்றுப் பார்த்துக்கொண்டிருந்தான். படுபாவிப்பய மனசுக்குள்ள தேங்கிக்கிடந்த சந்தேகம் என்னும் விஷநாகம் மெல்லத் தலை தூக்கிச் சுழன்று ஆட ஆரம்பித்தது. திட்டமிட்டே சீதையின் வயிற்றின் மீது பொத்தென விழுந்தான். எதிர்பாராத அந்தத் தாக்குதலைத் தாங்க முடியாத சீதை வலியில் துடிதுடித்துப்

போனாள். வயித்துல இருந்த குழந்தை அலறித்துடித்து அவளின் வலியை இன்னும் இன்னுமாய் கூட்டச்செய்தது. நடுச் சாமத்தில் சீதையின் அலறல் கேட்டு ஓடிவந்தாள் ஓபுடியா காமாட்சி. அவர்கள் மருத்துவரைத் தேடி ஒவ்வொரு மருத்துவமனையாக அலைந்து கொண்டிருந்த அந்த இரவில் அவன் பாக்கெட் சாராயம் குடிக்க சரோஜாவின் வீட்டை நோக்கி நடந்துகொண்டிருந்தான்.

மிகுந்த வலியோடு நாள்களை கடந்து இரண்டாவது பெண்பிள்ளையை பெரும் சிரமத்திற்கிடையே பெற்றெடுத்தாள். கழுகின் பார்வையில் படாமல் செட்டைக்குள் தன் குஞ்சுகளை மறைக்கும் கோழியைப் போல் தன் பிஞ்சுக் குழந்தையை முந்தானைக்குள் மூடி மறைத்துக்கொண்டு வளர்த்தாள்.

பொதுக் கழிப்பிடத்தில் துப்புரவு வேலை பார்த்த அவள் புருசனின் போதைப் பழக்கம் வீரியமடைந்தது. அவன் சம்பாதிப்பது அவனுக்கே போதவில்லை என்ற நிலை ஏற்பட்டது.

'அம்மா பசிக்குது! அம்மா! எனக்குப் பசிக்குது...' கன்னத்தைத் தடவி சோறு சோறு என்று அழும் பிள்ளைகளுக்குச் சமாதானம் சொல்லுவதற்குள் அவளுக்கு அழுகையே வந்துவிட்டது. 'கஞ்சி வைக்க கைப்பிடி அரிசிகூட இல்லை. என்ன பொழப்பு பொழைக்குறோம்?' என்று புலம்பிக்கொண்டே காமாட்சியிடம் கொஞ்சம் அரிசி கடனாகப் பெற்று வந்தாள்.

ஓயாது பசி பசி என்று கத்தும் பிள்ளைகளுக்கு யாரிடமாவது பிடி அரிசி வாங்கி கஞ்சி வைத்து பசியாற்றினாள் சீதை. மாதங்கள் கடந்தன. எதுவும் மாறுவதாய் தெரியவில்லை. சீதை வேலைக்குச் செல்லத் தீர்மானித்தாள். யார் யாரிடமோ விசாரித்து சிங்காரப்பேட்டையில் உள்ள சிறிய மருத்துவமனையில் துப்புரவு செய்யும் வேலையில் சேர்ந்தாள்.

“அத்தை! நான் வேலைக்குப் போறன்” என்று கூறி மாமியார்க் கிழவி பஞ்சவர்ணத்திடம் நல்ல வார்த்தை பேசி, பிள்ளைகளை ஒப்படைத்துவிட்டு வேலைக்கு கிளம்பினாள்.

அவள் வேலைக்குப் போவது அவள் புருசனுக்குப் பிடிக்கவில்லை.

"நீ வீட்டிலிருந்தபோதே தரங்கெட்டுத் திரிஞ்ச, இப்போ வேலைக்குப் போக ஆரம்பிச்சா அவ்ளோதான். ஊர் புருஷமார் கொடுத்த பணத்துல அப்படி என்னடி உயிர் வாழணும்?”.

அவன் மனதில் கிடந்த கசடுகளையெல்லாம் வார்த்தைகளில் வாந்தி எடுத்துக்கொண்டிருந்தான். அவன் பேசுவதைக் காதில் வாங்காமல் அவள் வேலை செய்துகொண்டிருந்தாள்.

ஜெகதீஸ்வரன் டாக்டர் ஜவ்வாது மலை தொடங்கி செங்கம், திருப்பத்தூர், கிருஷ்ணகிரி, தர்மபுரி வரை பெயர் பெற்றவர். மிகச் சிறிய மருத்துவமனை என்றாலும் டாக்டரின் பெயர் பட்டி தொட்டி எல்லாம் பரவியிருந்தது. சீதைக்கு வேலைக்குச் சென்ற அன்றைய தினமே ஜெகதீஷ் டாக்டர் எப்படிப் பிரபலம் ஆனார் என்று புரிந்து விட்டது.

அறைக்குள் இருந்து டாக்டர் கையுறையை கழட்டியபடி வெளியேறினார். அவரின் பின்னாடியே வேகமாய் வந்தாள் நர்ஸ் சுமதி.

“போய் சுத்தம் செய்” என்ற சுமதியின் கட்டளையின் பெயரில் சீதை சுத்தம் செய்வதற்காக அந்த அறைக்குள் சென்றாள். முற்றிலும் மயக்க நிலையில் பெண் ஒருத்தி மல்லாக்க அங்கிருந்த சிமெண்ட் மேடையில் கிடந்தாள்.

வயது உத்தேசமாக, பதினேழு பதினெட்டு இருக்கும். அருகில் சென்றாள். உதிரத்தில் அவளது ஆடை தொப்பலாக நனைந்திருந்தது. சீதைக்கு அந்தப் பெண்ணைப் பார்க்கவே பாவமாக இருந்தது. அவள் அருகில் யாரும் இல்லை. அந்தப் பெண்ணைச் சுத்தம் செய்துவிட்டு, கீழே சிதறிக் கிடந்த ரத்தத்தைத் துடைப்பதற்குத் துணியை எடுக்க திரும்பிய சீதை பயத்தில் உறைந்து போனாள். உடலுக்குள் விறுவிறு என்று ஏதோ ஒன்று ஓடித் தலைக்குள் சென்று மயக்கம் வரச் செய்தது. கண்கள் இருட்டின. அருகில் இருந்த திண்டை கைத்தாங்கலாகப் பிடித்துக் கொண்டாள். தலையை ஓர் உலுக்கு உலுக்கினாள். ரத்தத்தில் முக்கி எடுத்தது போல உதிரம் வழிந்தபடியே, கண்ணு, மூக்கு, கை, கால் முளைத்த குழந்தை பிண்டம் ஒன்று உயிரற்ற நிலையில் தட்டில் கிடந்தது. அவளுக்கு குமட்டிக்கொண்டு வந்தது. வெளியே ஓடி வந்தாள். ஜன்னல் அருகில் வந்து நின்றுகொண்டாள். அவளின் உடலுக்குள் ஓடிக்கொண்டிருந்த அதிர்வு மட்டும் நின்றபாடில்லை. வியர்த்துக் கொட்டியது.

வேப்பமரக் காற்று சில்லென்று முகத்தில் பட்டு புதுத் தெம்பைத் தந்தது. வெளியே மரத்தை வேடிக்கை பார்த்தபடி கொஞ்ச நேரம் நின்றிருந்தாள். மரத்தில் குருவி, கூடுகட்டிக் குஞ்சு பொரித்திருந்தது.

வெளியே இரை தேடி வந்த குருவி தன் குஞ்சுகளுக்கு ஊட்டி விடுவதைப் பார்த்தாள். பறவைக்கு இருக்கும் பொறுப்பு கூட பாழாய்ப் போன மனுஷனுக்கு இல்லையே!.

முந்தானையை எடுத்து முகத்தைத் துடைத்துக்கொண்டாள்.

"ஏம்மா சீதை! இங்க என்ன வேடிக்க பார்க்கிற போய் வேலையை முடி, அடுத்த கேஸ் வெயிட்டிங்ல இருக்கு" என்று விரட்டினாள் நர்ஸ் சுமதி. தயங்கியபடியே அறையைத் துடைத்துச் சுத்தம் செய்தாள்.

காலையில் அவசரமாய்க் கொஞ்சம் நீராகாரத்தைத் குடித்து விட்டு வந்தவள் அதற்குப் பிறகு உணவு எடுக்க மனமில்லாமல் பட்டினியாய்க் கிடந்தாள். சீதைக்கு வீட்டிற்கு எப்படா போவோம் என்றிருந்தது. இன்று மட்டும் நான்கு கருக்கலைப்புகள் நடந்தன. அத்தனையும் ஐந்து மாத ஆறு மாதக் குழந்தைகள். சுத்தம் செய்தே கிறங்கிப் போனாள் சீதை. தண்ணீர் குடிக்கக்கூட ஒப்பாமல் இங்கும் அங்குமாய் ஓடிக்கொண்டிருந்தாள். "இறைவா! நான் என்ன பாவம் செய்தேன்? இப்படிப் பிஞ்சுகளின் பிணத்தைச் சுமக்க வைத்து விட்டாயே!" என்று கலங்கிக்கொண்டே இருந்தாள்.

மாலை ஆறு மணி. இருள் குவியத் தொடங்கியது. 'எப்போது போகச் சொல்லுவார்கள்?' என்று தயங்கியபடியே நின்று கொண்டிருந்தாள். வரட்டனபள்ளியிலிருந்து இளவட்டப் பையன் ஒருவன் ஒரு பெண்ணை அழைத்துக்கொண்டு வந்திருந்தான். இருபது வயதுகூட இருக்காது அந்தப் பெண்ணுக்கு. சுடிதார் அணிந்திருந்த அந்தப் பெண் கழுத்தில் சிறிய செயின் மட்டும் போட்டிருந்தாள். திருமணம் ஆனதற்கான எந்த அறிகுறியும் இல்லை.

சீதைக்கு உள்ளுக்குள் கலவரமாக இருந்தது. அந்தப் பெண்ணைச் சீதை கண்களால் அளவெடுத்தாள். வயிறு கொஞ்சம் உப்பலாக இருந்தது. சுமதி அவளை உள்ளறைக்கு அழைத்துச் சென்று பரிசோதித்தாள். டாக்டர் ஜெகதீஸ்வரன் இல்லாதபோது சுமதி தான் டாக்டர். எல்லா பரிசோதனையும் முடிய மணி எட்டு ஆனது. சீதை வாய்விட்டுக் கேட்டாள் "அம்மா! நான் வீட்டிற்குப் போலாமா?".சுமதி ஒரு சீட்டைக் கொடுத்து "எதிரில் உள்ள மருந்துக் கடையில் இதை வாங்கி வா" என்று அனுப்பினாள்.

சீதைக்குச் சோர்வாக இருந்தது. பிள்ளைகளின் நினைவு வந்து வந்து அவளைப் பயமுறுத்தியது.

கடையில் இருந்தவர், "என்னம்மா வேலைக்குப் புதுசா?" என்றார்.

"ஆமா."

"பயமா இருக்கா?"

"ம்ம்..."

"பயப்படாத. எல்லாம் பழகிடும். நாம என்ன செய்யறது, எல்லாம் கலிகாலம். ஆணும் பெண்ணும் தறிகெட்டுத் திரிஞ்சு அலையுதுங்க, கடைசில பொண்ணுக்கு வயித்துல லோடக் கொடுத்துட்டுப் பையன் ஓடிர்றான். வயித்துப்புள்ளயோட கலங்கி நிற்கும் பொட்டப் பிள்ளகளைப்பெத்த அப்பன், ஆத்தா என்ன செய்ய முடியும். அதுக விதிய நினச்சு நொந்து போய் அசிங்கத்துக்குப் பயந்து வயித்துல வளர்ற கருவக் கலச்சு, அதுகளுக்கு ஒரு வாழ்க்கையை ஏற்படுத்திக் கொடுக்க இங்க கூட்டிட்டு வருதுக. நம்ம டாக்டரும் இல்லாட்டி இந்தப் பொண்ணுங்க நிலம ரொம்பப் பாவம். முன்னாடி எல்லாம் கர்ப்பமான பொண்ணுங்களுக்கு எப்படிக் கருக்கலைப்பு செய்வாங்க தெரியுமா?"

தெரியாது என்பது போல தலையை ஆட்டினாள்.

"கர்ப்பமான பெண்களை மருத்துவச்சிகிட்டத்தான் கூட்டிட்டுப் போவாங்க. எரிக்கலக்குச்சியை பிறப்புறுப்பில் சொருகிக் கருக்கலைப்பு செய்வாங்க. கருக்கலைப்பு செய்து செத்துப் போன பொண்ணுங்க நிறைய இருக்கும்மா! அதுக்கு நம்ம ஜெகதீஷ் டாக்டர் செய்றது எவ்வளவோ பரவாயில்ல. பொம்பளப்புள்ள உசுராவது தப்பும்" என்று மடமடவென ஒப்பித்தார். சீதை மனது கொஞ்சம் சமாதானமானது. மருந்துக் கவரை வாங்கிக்கொண்டு வேகமாகச் சென்றாள்.

வீட்டிற்குச் செல்ல இன்னும் நேரம் ஆகிடுமோ? என்று நினைக்கும்போது சீதைக்குக் கலக்கமாக இருந்தது. பிள்ளைகள் என்ன செய்தார்களோ? கிழவி சோறு போட்டுக் கொடுத்தாளோ இல்லையோ? அந்தக் குடிகாரப் பாவி வந்திருப்பானா? அவன் பிள்ளைகளை அடிச்சிடக் கூடாது. இதெல்லாம் நினைக்கும்போது சீதைக்கு நெஞ்சு பக் பக் என்றிருந்தது. வந்திருந்த வரட்டனப் பள்ளி ஆணையும் பெண்ணையும் காணவில்லை என்றதும் சீதைக்கு நிம்மதி ஆனது. சுமதியிடம் மருந்துப் பையைக் கொடுத்தாள். "வரட்டனப் பள்ளி கேசை நாளைக்கு வரச் சொல்லிட்டேன்

இன்னைக்கு வேலை அவ்வளவுதான். நீ வீட்டிற்குப் போகலாம்" என்று கூறி ஐம்பது ரூபாய்த் தாளைக் கொடுத்தாள் சுமதி.

மாதம் ஐந்தாயிரம் சம்பளம் பேசியிருந்தார்கள். இந்த ஐம்பது ரூபாய் இனாம். மகிழ்ச்சியாகப் பெற்றுக்கொண்டு வீட்டிற்கு விரைந்தாள். மறுநாள் எட்டு மணிக்கெல்லாம் மருத்துவமனைக்கு வந்து விட்டாள். வரட்டனப் பள்ளி பையனும் பொண்ணும் அவளுக்கு முன்பாகவே அங்கு இருந்தனர்.

"அழாத... அழாதன்னு சொல்லுறேன்ல. அப்புறம் செய்யாம வீட்டுக்கு அனுப்பிடுவாங்க."

பேச்சுச் சத்தம் கேட்ட திசையில் பார்த்தாள்.

முப்பது வயது மதிக்கத்தக்க ஒரு பெண்ணும், அவளுடன் வயதான அம்மாவும் அங்கே காத்திருந்தார்கள். அந்தப் பெண் அழுதுகொண்டே இருந்தாள். ஸ்கேன் பார்த்துப் பெண் பிள்ளை என்று தெரிந்து கொண்டதால் கருக்கலைப்பு செய்துகொள்ள சூலகிரியிலிருந்து வந்துள்ளனர்.

சீதை சாப்பாடுக்கூடையை உள்ளே வைத்துவிட்டு அவளது வேலைகளைச் செய்யத் தொடங்கினாள். கூட்டிப் பெருக்கித் துடைத்தாள். சுமதி பிளாஸ்க் ஒன்றைக் கொடுத்து டீ வாங்கி வரச் சொல்ல... சீதையும் டீக்கடைக்குக் கிளம்பினாள். டீக்கடையில் ஆண்களின் கூட்டம் அதிகமாக இருந்தது. அவள் ஒதுங்கி நின்று காத்திருந்தாள். நிற்க நிற்கக் கூட்டம் கூடிக்கொண்டே போனது. வேறு வழியின்றி அவள் கூட்டத்திற்குள் நுழைந்தபோது அவளுடைய புருஷன் பார்த்துவிட்டான்.

"அரிப்பெடுத்த முண்ட, ஆம்பளைங்கள ஒரசிக்கிட்டு போறதப் பாரு. வரட்டும் வீட்டுக்கு. நாய அடிக்குற மாதிரி அடிச்சாத்தான் தேவுடியா திருந்துவா..." என்று முனங்கியபடி சென்றான்.

அவள் டீயை வாங்கிக்கொண்டு சுமதியிடம் வந்தாள். சுமதி ஒரு டம்ளரில் போதுமான டீயை ஊத்திய பிறகு எதிரில் உள்ள மெடிக்கல் கடையில் இருப்பவருக்கு கொண்டு போய் குடுத்துட்டு வா என்று அனுப்பிவிட்டு வேலையில் மூழ்கினாள். இப்படியாகச் சீதையின் வாழ்வு மெல்ல வேகம் எடுத்து உட்கார நேரம் இல்லாமல் ஓடியது.

சீதைக்கு மனசு சோர்வாக இருக்கும்போதெல்லாம் மருந்துக் கடைக்குச் சென்றாள். மருந்துக் கடைக்காரருக்கும் சீதைக்கும் நல்ல நட்பு ஏற்பட்டது.

மதியம் மூன்று மணி இருக்கும். சீதை மருந்துக் கடையில் நின்றுகொண்டிருந்தாள். மருந்துக் கடை மகேஷ் எதையோ சொல்ல சீதை விழுந்து விழுந்து சிரிக்க அதை அவள் புருஷன் பார்த்துவிட்டான். அன்று இரவில் அவளையும் மருந்துக் கடை மகேசையும் சேர்த்து வச்சு அசிங்க அசிங்கமாப் பேசி அவளை அடித்த அடியில் சீதைக்கு முகத்திலும் தலையிலும் பெரிய காயங்கள் ஏற்பட்டுவிட்டன. மறுநாள் உதடு வீங்கி, கன்னம் கன்னி, முகம் கருத்துப்போன கோலத்துடன் மருத்துவமனைக்கு வேலைக்குச் சென்றாள். பாக்குற, பேசுற, அத்துனை பேர்கூடயும் சீதைக்குத் தப்பான தொடர்பு இருக்குன்னு சந்தேகம் கொண்டான் அவள் புருசன். சீதைக்கு இது போதாத காலம். மருத்துவமனைக்கு வந்து போகும் ஆண்களிடம் சீதை பேசும்போதெல்லாம் அவள் கணவனின் கண்ணில் பட்டு விடுகிறாள். சீதை யாரிடமாவது பேசுவதைப் பார்த்துவிட்டால் அவ்ளோதான் அன்றைய இரவு சீதைக்கு கிடைக்கும் அடியும் உதையும் வார்த்தையில் விவரிக்க முடியாது.

அவனின் இயலாமையே அவனைப் பெரும் சந்தேகப் பிராணியாக மாற்றியது. தன்னால் தன் மனைவிக்கு எந்த சந்தோஷத்தையும் தர முடியவில்லை என்ற தாழ்வு மனப்பான்மை அவனைக் கொடூரமாகச் சிந்திக்க வைத்தது. அவனும் சீதையும் சேர்ந்து இருந்து பல மாதங்கள் ஆகிவிட்டன. குடும்ப வாழ்க்கைக்குத்தான் தகுதி இல்லாதவனாக மாறிவிட்டேனா என்று நினைத்து நினைத்து புழுங்கத் தொடங்கினான். அவள் வேறு துணையைத் தேடி விடுவாளோ என்ற பயம் நாளுக்கு நாள் அவனுக்கு அதிகரித்துக்கொண்டே போனது.

“செய்றது கூட்டி பெருக்குற வேலை. அதுக்கு எதுக்குடி இப்படி மினிக்கிக் கிட்டுப் போற?”. இப்படி எதையாவது பேசி அவளைச் சித்ரவதை செய்வதையே வழக்கமாகக் கொண்டிருந்தான்.

அன்று சீதை நிற்கக்கூட நேரமில்லாமல் ஓடி ஓடி வேலை செய்துகொண்டிருந்தாள். பக்கத்து வீட்டுக் கதிர்வேல் சீதையை தேடி ஓடிவந்தான். 'முனியப்பன் குடிபோதையில் வீட்டிற்குப்

பக்கத்தில் இருந்த சாக்கடையில் தலை குப்புற விழுந்து கிடக்கிறான்' என்ற தகவலைச் சொல்லிவிட்டு அவன் சென்றுவிட அவள் டாக்டரிடம் ஓடினாள்.

'என் வீட்டுக்காரரர் கீழ விழுந்துகிடப்பதாகச் சொல்லுறாங்க. ஒரு மணிநேரம் மட்டும் அனுமதி தாங்க அய்யா! வீடு வரைக்கும் போய்ப் பாத்துட்டு வந்துடுறேன்' என்று அழுதாள்.

டாக்டர் அனுமதி கொடுத்ததும் தன்னுடைய ஓட்டைச் சைக்கிளை மிதிக்க முடியாமல் மிதித்து வேகமாய் வீடு வந்து சேர்ந்தாள். பின்னாடியே மருந்துக் கடைக்காரரும் வந்து சேர்ந்தார். சீதையின் புருசனுக்கு மருந்துக் கடைக்காரரைப் பார்த்ததும் ஆத்திரமாக வந்தது.

சீதை வருவதற்கு முன்பே தெருக்காரங்க அவனைச் சாக்கடைக்குள்ளிருந்து தூக்கி வீட்டிற்கு முன்பாக உட்கார வைத்திருந்தனர். தலையில் கடுமையான காயம். ரத்தம் நிற்காமல் கொட்டியது.

'மருத்துவமனைக்கு வரவே மாட்டேன்' என்று அடம் பிடித்தான். மருந்துக் கடைக்காரர்தான் வெட்டுக் காயத்தில் தையல் போட்டு மருந்து வைத்துக் கட்டினார். அன்று இரவு சீதையைக் கேட்கக் கூடாத வார்த்தைகளை எல்லாம் கேட்டு சித்ரவதை செய்தான். சீதை மருந்து கடைக்காரரை வைத்திருப்பதாக அவனே கட்டுக் கதையை அவிழ்த்து விட்டான். கதை, கை முளைத்துகால் முளைத்து ஊருக்குள் உலாவத் தொடங்கியது.

அன்று சனிக்கிழமை. "சீதா! இன்னிக்கு நிறைய கேஸ் இருக்கு. நீ வீட்டுக்கு போய் பிள்ளைகளைப் பார்த்துவிட்டு உடனே திரும்பி வா" என சுமதி கட்டளையிட்டாள். சீதை இரவில் மருத்துவமனைக்கு வந்தாள். அன்று ஜெகதீஷ் டாக்டர் சாப்பாட்டுக்குக்கூட வீட்டிற்குப் போகவில்லை. இரவிலும் கருக்கலைப்பு நடந்தது. வேலையெல்லாம் முடியும்போது மணி பன்னிரண்டு ஆகிவிட்டது.

சுமதியின் போன் ரிங் ஆனது.

சுமதி எடுத்துப் பேசினாள்.

"ஹல்லோ...! என்ன ஆச்சு?"

"மாத்திரை எதுவும் போட்டீங்களா?"

"இதோ கொடுத்துவிடுறேன்."

சுமதி சீதையை அழைத்து "மருந்து கடைக்காரருக்கு உடல்நிலை திடீரென்று சரியில்லாமல் போய்விட்டதாம், அவரால் எழுந்து உட்காரக் கூட முடியவில்லையாம். சிங்காரப்பேட்டை பஸ் ஸ்டாண்ட்கிட்ட அவர் ரூம் எடுத்துத் தங்கியுள்ளார். நான் சில மருந்துகளைக் கொடுக்கிறேன். நீ கொடுத்துட்டு வா" என்று சொன்னதும் சீதை மறுக்காமல் தன்னுடைய சைக்கிளை எடுத்துக்கொண்டு கிளம்பினாள்.சுமதி சொன்ன அடையாளங்களை வைத்து வீட்டைக் கண்டுபிடித்துவிட்டாள். மருந்துக் கடைக்காரர் நிலை மோசமாக இருந்தது. சுடுதண்ணீர் வைத்துக் கொடுக்கக் கூட ஆளில்லை. அவள் டீ வைத்துக் கொடுத்தாள். குடித்த பிறகுக் கொஞ்சம் தெம்பு வந்தது. மாத்திரைகளைப் போட்டுக்கொண்டார். சிறிது நேரத்தில் காய்ச்சல் குறைந்து எழுந்து உட்கார்ந்தார். சுடு கஞ்சி வைத்துக் கொடுத்தாள். மணி இரண்டு இருக்கும்.

“நர்ஸம்மா தேடுவாங்க, நான் கிளம்புறேன்” என்றாள்.

“சரி, நீ போ. தனியா போய்டுவியா?”

“ம்ம் போயிடுவேன்.”

“இல்ல இல்ல இரு... நானும் வாரேன் என்று சட்டையை போட்டுக்கொண்டு கிளம்பினார்.

செங்கம் வரை போய் விட்டு கூட்டாளிகளோடு வந்து கொண்டிருந்த சீதையின் புருஷனுக்கு ஒரே ஷாக். 'நம்ம வீட்டு சைக்கிள் இந்த வீட்டிற்கு முன்னாடி எப்படி வந்தது?' என்று. கூட வந்தவனுங்க ஒரு மாதிரி சிரிக்க... முனியப்பனுக்கு அவமானமாப் போச்சு. வேகமாகத் தன் வீட்டிற்குச் சென்றான். சீதை இல்லை. பிள்ளைகளும் கிழவியும் தூங்கிக் கொண்டிருந்தார்கள். அவன் கிழவியை எழுப்பினான், கிழவி எழவில்லை, அவனுக்கு சந்தேகம் வலுத்தது. கோபமும் ஆத்திரமும் பொங்க... வேகமாகச் சிங்காரப்பேட்டை பஸ் ஸ்டாண்டுக்கு பக்கத்தில் இருக்கக்கூடிய மெடிக்கல் கடைக்காரர் வீட்டுக்குச் சென்றான்.

அவன் வாசலில் வந்து நிற்பது தெரியாமல் சீதையும் மருந்துக் கடைக்காரரும் வீட்டிலிருந்து வெளியே வந்தனர். வெளியே நிற்கும் புருசனைக் கண்டதும் ஜன்னி வந்தவளைப் போல் நடுங்கினாள். சீதையின் புருசன் எதுவும் பேசவில்லை. மவுனமாய்தலை கவிழ்ந்து நடந்தான். பயந்து போன சீதை ஓட்டி வந்த சைக்கிளைக்கூட எடுக்க மறந்து மருத்துவமனைக்கு ஓடினாள்.

சுமதியிடம் விஷயத்தைக் கூறிவிட்டுக் பயந்தபடியே வீட்டிற்குச் சென்றாள்.

வீட்டிற்குள் நடுங்கிக்கொண்டே சென்றவள் தொங்கிக் கொண்டிருக்கும் பிணத்தின் காலில் முட்டி மோதி மயங்கி விழுந்தாள்.

குழந்தையின் அழுகுரல் கேட்டு நினைவு திரும்பினாள் சீதை. பஞ்சவர்ணம் சமைத்துக்கொண்டிருந்தாள். சீதையை அந்தக் கோலத்தில் பார்க்க பஞ்சவர்ணத்திற்கு ஒப்பவில்லை.

சீதையின் அருகே வந்தாள். அவளைப் பார்த்ததும் முந்தானையில் கண்களைத் துடைத்துக்கொண்டாள் சீதை.

'அம்மா! சீதை என் மவன் கொழுப்பெடுத்துப் போய்ச் செத்துப் போனதுக்கு நீ ஏம்மா வருத்தப்படுற? உன் மனசாட்சிக்குத் தெரியுமில்ல நீ தப்பு பண்ணலன்னு. ஊர் பேசினா என்ன. இந்த உலகம் பேசினா என்ன? உனக்கு நீதான் நீதிபதி. தைரியமா வேலைக்குப் போ. இப்படியே வீட்டுக்குள்ள முடங்கிக் கிடந்தா பிள்ளக்குட்டிய யாரு பாக்குறது? உன்னப் பேசுற இந்த ஊர் வந்து உன் புள்ளைகளுக்கு ஒரு நேரம் சோறு போடுமா? சொல்லு... இந்தா பாரு...கடவுளா அவதரித்த ராமனே அவன் பொண்டாட்டி சீதையைச் சந்தேகப்பட்டுத் தீயில் தள்ளினான். உன் புருஷன் எம்மாத்தரம்? விடுவியா... தைரியமா போய் வேலையைப் பாரு, போ' என்று கூறிய கிழவியின் மடியில் சீதை முகம் புதைத்து விம்மி அழுதாள் பஞ்சவர்ணம் சீதையின் தலையை அன்பாய் வருடிக்கொண்டிருந்தாள்.

3
கனலி

கனலி இங்கிட்டும் அங்கிட்டும் புரண்டு புரண்டு படுத்தாள்.

"என்ன கனலி தூங்கலையா?" என்றாள் மங்கை

"எனக்கு ரொம்பக் கவலையா இருக்கு மங்கை".

"ஏம்ப்பா? என்ன ஆச்சு?"

"சென்னைக்கு வந்து ஒரு வாரம் ஆயிடுச்சு. இன்னும் வந்த வேலை முடியல. போயிட்டு வர்ற எந்த இடத்திலிருந்தும், ஒரு பதிலுமே வந்த பாடில்லை. எங்க போறதுன்னே தெரியாமலே அலைஞ்சு திரியிற மாதிரி இருக்குதுப்பா."

"கவலைப்படாத கனலி! நாளைக்குப் போற இன்டர்வியூ கட்டாயம் சக்சஸ்புல்லா முடியும், நிச்சயமா உனக்கு நாளைக்கு வேலை கிடைக்கும், டோன்ட் ஒர்ரி."

இரவில் ரொம்ப நேரம் மங்கையும் கனலியும் பேசிக் கொண்டே இருந்ததால் பின்னிரவுக்குப் பிறகுதான் தூங்கச் சென்றார்கள்.

கனலிக்கு அந்த இரவு மிக நீண்டதாக இருந்தது. அடுத்த நாள் அதிகாலையிலேயே மற்றவர்கள் எழுந்திருக்கும் முன்பாகவே எழுந்து காலைக் கடன்களை முடித்து குளித்து விட்டாள். சென்னைக்கு வந்த முதல் நாள் மங்கையின் வீட்டிற்கு வந்தவள், இப்போ வாரம் ஒன்றாகிவிட்டது. அங்கு இருப்பதற்குக் கனலிக்கும் ரொம்ப சங்கடமாகத்தான் இருக்கிறது. வேறு எங்காவது போகலாம் என்றால் அவளுக்கு வேறு போக்கிடமும் இல்லை. மங்கையின் அம்மாவும் அப்பாவும் கனலியைத் தன் சொந்த மகளைப்போல் ஆதரித்து உபசரிக்கத்தான் செய்கின்றனர். ஆனாலும் கனலி பல நேரங்களில் தீயிலிட்ட புழுவாய் நெளிந்தாள். அந்த வீட்டில் இருக்கும் மங்கையின் பாட்டியைப்

பார்க்கும்போதெல்லாம் கனலி கூனிக் குறுகிப் போவாள். அந்தப் பாட்டியின் பார்வையில் அப்படி ஓர் இளக்காரம் தெரியும்.

யாரையும் தொந்தரவு செய்து விடக்கூடாது என்று ஒதுங்கியே வாழ்ந்து பழகியவள் கனலி. வாழ்க்கைச் சக்கரம் சுழன்று சுற்றியதில் எல்லாம் மாறிப் போச்சு. பழசை நினைக்கும் போதெல்லாம் கனலிக்குத் தன்னை அறியாமலே கண்களில் கண்ணீர் கொட்டி விடும்.

தலையைத் துவட்டிக்கொண்டே இன்று உடுத்திக்கொள்ள வேண்டிய ஆடைகளைத் தேர்வு செய்து கட்டில் மீது வைத்தாள். அனலாய்த் தகிக்கும் மனதை ஆசுவாசப்படுத்த அங்கிருந்த நாற்காலியில் மெல்லச் சாய்ந்து உட்கார்ந்தாள். மனதின் கனம் பெரு மூச்சாய் வந்தது. கனலி அதிகாலையிலே குளித்து, தலை விரித்துக் காய வைத்துக் கொண்டிருப்பதைப் பார்த்த மங்கையின் அம்மாவுக்கு ஆச்சரியமாக இருந்தது. அவள் சிரித்தபடியே கனலிக்குக் காலை வணக்கம் சொன்னாள்.

“குட் மார்னிங் கனலி!”

“குட் மார்னிங் அம்மா!”

“என்னப்பா! இவ்ளோ சீக்கிரத்துல எழுந்து குளிச்சிட்ட இன்னைக்கு எங்க போற?”

“எங்க போறது...” ஆழ்ந்த பெருமூச்சுக்குப்பிறகு “எனக்கு தெரியலம்மா! கவின் வந்த பிறகுதான் எங்க போகணும்னு தெரியும்.”

”அப்படியாப்பா! இதோ காபி கலந்துகொண்டு வரேன்” என்று அங்கிருந்து சென்றுவிட்டாள். கனலி நாற்காலியிலிருந்து எழுந்து ஜன்னல் அருகே போனாள். காலைச் சூரியனின் வெளிச்சம் பட்டு தெருவில் உள்ள அத்தனை பொருட்களும் ஜொலித்தன. முழுவதும் விடியும் முன்பே தெரு பரபரப்பாக இருந்தது. பால்காரர், காய்கறிக்காரர், பேப்பர்க்காரர் போன்றோரின் கூச்சல்களும் டீக்கடையில் இருந்து கேட்கும் பாடலும் அந்த நகரம் அந்த நாளை எதிர்கொள்ளத் தயாரானதை அறிவித்தன.

இங்குமங்கும் போகும் மக்களை வேடிக்கை பார்த்துக்கொண்டிருந்தாள். எல்லோருக்குமே ஏதோ ஒரு வேலை இருக்கு. மகிழ்ச்சியாக ஓடிக்கொண்டே இருக்கிறார்கள். தான்

மட்டும்தான் வேலை இல்லாமல் வெட்டியாய் இருப்பது போல் கனலிக்குத் தோன்றியது. திரும்பி மங்கையைப் பார்த்தாள். அவள் இன்னும் எழுந்திருக்கவில்லை. மங்கையின் வீடு விசாலமாகத்தான் இருந்தது, ஆனாலும் கனலி அந்த வீட்டின் ஓரத்தில் ஒதுங்கியே இருந்தாள். அந்த வீட்டில் எல்லோருமே கனலியிடம் அன்பாய்தான் இருக்கிறார்கள். மங்கையின் பாட்டியைத் தவிர வந்ததிலிருந்து ஒரு வார்த்தைகூட அந்தப் பாட்டி பேசவில்லை.

கடந்த ஒரு வாரமாய் சென்னை மாநகரத்தின் முக்கியமான பகுதிகளில் சுற்றி அலைந்து கொண்டிருந்தாள் கனலி. கவின்தான் அவளை அழைத்துச் சென்றுகொண்டிருந்தான். அவள் அப்படி சுற்றி திரிவதற்கு ஒரே ஒரு நோக்கம்தான் இருந்தது. எப்படியாவது ஒரு வேலையில் சேர்ந்துவிட வேண்டும்.வீட்டின் பொருளாதார நெருக்கடி கனலியை பாடாய்ப்படுத்தியது. தன்னால் ஆன உதவியை வீட்டிற்குச் செய்ய வேண்டிய கட்டாயம் அவளை ஓட ஓடத் துரத்தியது.

வீட்டின் நினைவு வந்ததும் மறுபடியும் நாற்காலியில் வந்து அமர்ந்தாள். நினைவு எங்கோ சென்றது. எத்தனை எதிர்ப்புகளுக்கு மத்தியில் அம்மா என்னைப் படிக்க அனுப்பினாள்.

"பொம்பளப் புள்ள படிச்சு என்ன பிரயோஜனம்?" என்றார் பெரியப்பா

"பொம்பளப் புள்ள காலேஜுக்குப் போனா கெட்டுப் போக மாட்டாளா?"

இவ இப்படி எடுப்பு எடுத்து போறது குடும்ப மானத்தைக் காத்துல விடத் தான்" என்றார் சித்தப்பா.

எதையும் நிதானித்துப் பார்க்கும் அளவுக்கு அப்பாவுக்குப் பொறுமை இல்லை. அம்மாதான் பாவம்... கனலிக்காக மன்றாடினாள். அப்பா எவ்வளவோ மறுத்துப் பார்த்தார். அம்மா விடாப்பிடியாக இருந்தார். 'இறுதியில் என்னமோ செய்து தொலைங்க' என்று அப்பாவும் விட்டுவிட்டார். கடன உடனப்பட்டுப் படிக்க வச்சாரு. தன் பணமெல்லாம் வீணா விரயம் ஆகுதுன்னு அடிக்கடி சொல்லிக் கொண்டிருப்பார். பாவம். அவரையும் குறைபட்டுக்க முடியாது. 'படிச்ச புள்ளன்னு பவுன் இல்லாம எவனும் கட்டிக்கிட்டுப் போகப்போறானுங்களா?!. பிறகு பொட்டப் புள்ளய எதுக்கு செலவு செஞ்சு படிக்க

வைக்கணும்?' என்று அவ்வப்போது புலம்புவார். 'அவர் சொல்வதும் நியாயம்தானே?' என்று நான் நினைக்கும்போதே அம்மா சொல்லுவாள்:

'நமக்கு சம்பாதித்துத் தராட்டாலும் அவ கவுரவமாக வாழ்வாதானே! அது போதும். நீங்க போய் வேலையைப் பாருங்க. எல்லாம் நல்லதே நடக்கும்' என்பாள்.

நாற்காலியிலிருந்து எழுந்த கனலி அந்த அறைக்குள் உலாவினாள்.

கனலியும் படிச்சு முடிச்ச உடனே வேலைக்குச் சென்று சம்பாதிக்க ஆரம்பித்தாள். சம்பளம் முழுவதையும் அம்மாவிடம் கொடுத்து விட்டு, தினமும் அவள் தரும் பணத்தைத்தான் செலவு செய்வாள். திடீரென்று அலுவலகத்தில் ஏற்பட்ட பிரச்சனையால் வேலையை விட்டு நின்றுவிட்டாள்.எவ்வளவோ முயற்சி செய்தும் அடுத்த வேலை கிடைக்கவில்லை. வேலை தேடிச் சென்னைக்கு வந்தவளுக்கு என்ன செய்வது என்றே தெரியவில்லை. உடன் பயின்ற மங்கையின் வீட்டில் தங்கி கம்பெனி கம்பெனியாக வேலை தேடி அலைகிறாள்.

இப்போ கனலி தன் சொந்த ஊரிலிருந்து நீண்ட தூரத்தில் இருக்கின்றாள். கையில் போதுமான அளவு பணம் இல்லை. கடன் கேட்பதற்கான ஆட்களும் இல்லை. தங்கியிருக்கவும் காலை இரவு உண்பதற்கும் தோழியைச் சார்ந்து இருக்கின்றாள்.

ட்ரிங்....ட்ரிங்...

அலாரம் அடிக்கவே திடுக்கிட்டு நிமிர்ந்து பார்த்தாள். மணி ஆறு முப்பது. அலாரம் அடித்தும் மங்கை எழுந்தபாடில்லை. கனலி நாற்காலியில் வந்து அமர்ந்து சாய்ந்துகொண்டே கூந்தலைச் சிக்கெடுத்துக் கொண்டிருந்தாள். நினைத்துப் பார்த்தால் எல்லாம் நிச்சயமற்ற ஒன்றாக இருக்கின்றது. ஒவ்வொரு நாளும் மிகுந்த ஏமாற்றத்துடனும் அவநம்பிக்கையுடனும் முடிகின்றது. எங்கே போகணும்? யாரைப் பார்க்கணும்? என்பதுகூட அவளுக்குத் தெரியவில்லை. 'கடந்த தினங்களைப் போன்ற கசப்பான எந்த அனுபவங்களும் இன்று நடந்துவிடக்கூடாது' என்று நினைத்துக் கொண்டாள் கனலி. மங்கை எழுந்து விட்டாள்.

“குட் மார்னிங் கனலி!”

"குட் மார்னிங் மங்கை!"

"இவ்வளவு சீக்கிரம் எழுந்துட்டப்பா!"

"தூக்கம் வரல. அதான் எழுந்து குளிச்சிட்டேன்". பேசிக் கொண்டிருக்கும்போதே அம்மா காபி கொண்டு வந்தார்.

காபியைக் குடித்துக்கொண்டே, "இன்னைக்கு எங்க போகணும் மங்கை?" என்று கேட்டாள் கனலி.

"கவின் வந்ததும் கேட்போம்" என்று பதில் சொல்லிவிட்டு, "அம்ம்மா....எனக்கு குளிக்கச் சுடுதண்ணீர் போடுங்க" என்றாள் மங்கை.

கவின் மங்கையின் நண்பன். மங்கை குளித்துவிட்டு அவசரமாய்க் கிளம்பிக்கொண்டிருந்தாள். மணியைப் பார்த்தாள். மணி ஒன்பது ஆனது. கவினின் வண்டிச் சத்தம் கேட்டதும் கனலி ஜன்னல் வழியாக எட்டிப் பார்த்தாள். "கவின் வந்துவிட்டார்" என்றாள். அவன் வந்ததும், அசோக் பில்லர் பக்கத்தில் இருக்கும் ஒரு கம்பெனியைப் பற்றிக் கூறினான். அங்கு செல்வதற்கான வழித்தட வரைபடத்தையும் கொடுத்தான். எந்தப் பஸ்ஸில் ஏற வேண்டும் எங்கு இறங்க வேண்டும் என்று சகலத்தையும் எழுதிக் கொடுத்தான்.

கடந்த ஒரு வாரமாக் கவின் தான் கனலியை வண்டியில் கூட்டிச் சென்றான். இன்று அவனுக்கு வேறு ஏதோ வேலை இருக்கிறது என்பதால் பஸ்ஸில் போகச் சொன்னான். கனலிக்கு ஒரே பதற்றமாக இருந்தது. பெரும் பயம் மனசு முழுவதும் அப்பிக் கொண்டது. நம்பிக்கையின்மையை வெளிப்படுத்திய அவளின் முகத்தைப் பார்க்க மங்கைக்குப் பாவமாய் இருந்தது.

"வா கனலி! முதல்ல சாப்பிடுவோம். கவலைப்படாதேப்பா. உன்னை பஸ் ஏற்றி விட்டுட்டு அப்புறம் நான் அலுவலகம் செல்கிறேன். பயப்படாதப்பா!" என்றாள் மங்கை.

ஒருவழியாக மனதைத் தேற்றிக் கொண்டாள். வேறு வழியும் இல்லை. அறையை விட்டு வெளியே வந்த கனலியைக் கண்டதுமே மங்கையின் பாட்டி முகத்தைக் கோணலாக்கிக்கொண்டு உள்ளே போய்விட்டாள். கனலிக்கு இட்லி தொண்டையை விட்டு இறங்குவதாக இல்லை. தொண்டையை ஏதோ ஒரு பெருந்துக்கம் அடைத்துக் கொண்டதுபோல் இருந்தது. இருவரும் அவசரமாய்க்

கிளம்பினர். மங்கை கனலியைப் பேருந்தில் ஏற்றிவிட்டுச் சென்றுவிட்டாள். கனலிக்கு எல்லாமே புதுசு. சென்னை மாநகரம் அவளைப் பெரிதாய்ப் பயமுறுத்தியது. வீட்டை நினைத்துக் கொண்டாள். வேலையும் பணமும் அவசரத் தேவை. "எப்படியாவது வேலையில் சேர்ந்திடணும்" என்று தனக்குள் சொல்லிக் கொண்டாள்.

சரியாகப் பத்து மணிக்கு அவள் அந்த கம்பெனிக்குச் சென்று விட்டாள். கவின் பார்க்கச் சொன்ன நபரின் பெயரை நினைத்துப் பார்த்தாள். நினைவுக்கு வரவில்லை. பைக்குள் துழாவி பேப்பரை எடுத்துப் பார்த்தாள். அலுவலகத்திற்குள் சென்றாள்.

"நாராயணன் சார் இருக்காங்களா?" பதில் இல்லை. கொஞ்சம் சத்தமாய்க் கேட்டாள், "நாராயணன் சார் இருக்காங்களா?".

வரவேற்பு அறையில் இருந்த ஓர் இளம் பெண் நிமிர்ந்து பார்த்துப் பதில் சொன்னாள். "நாராயணன் சார் இன்னைக்கு லீவு".

"அப்போ வரமாட்டாரா?"

அந்த இளம் பெண் கனலியைப் பார்த்து, "லீவுனா எப்படி அலுவலகம் வருவாரு?" என்று எதிர்க் கேள்வி கேட்டதும் கனலிக்கு ஒரு மாதிரியாப் போச்சு.

"நாராயணன் சார் வந்தா நான் வந்தேன் என்று சொல்லுங்க".

"ஆமா, நீங்க யாரு?"

"நான் யாரு? நீங்க எதுவும் சொல்ல வேண்டாம். நானே நாளைக்கு வந்து பார்க்கிறேன்" என்று கூறிவிட்டு அலுவலகத்தை விட்டு வெளியேறி ரோட்டில் நடந்தாள். பெரிய மக்கள்கூட்டம் நகர்ந்து கொண்டே இருந்தது. "இவர்களெல்லாம் எங்கு தான் போவார்களோ?!" என்று நினைத்துக் கொண்டாள். வண்டிகள் செல்லும் வேகம் கனலியை வெகுவாகப் பயமுறுத்தியது. மணி பன்னிரண்டு இருக்கும். கடுமையான பசி. எங்கு போவது என்றே தெரியவில்லை. இந்த நேரத்தில் மங்கையின் வீட்டிற்குச் செல்லக் கனலிக்கு பயமாக இருந்தது. எல்லோரும் வேலைக்குச் சென்றிருப்பார்கள். அந்த பாட்டி மட்டும்தான் வீட்டில் இருக்கும். அய்யோ பாட்டியை நினைக்கவே திகிலாக இருந்தது.

வேடிக்கை பார்த்துக்கொண்டே நடந்து கொண்டிருந்தாள். வெயில் உச்சிக்கு வந்துவிட்டது. பசியும் தாகமும் வாட்டியது.

வழியில் போவோரைப் பார்த்துக்கொண்டே வந்தவள் முன்னே இருந்த பள்ளத்தைக் கவனிக்கவில்லை. தவறிப்போய் பள்ளத்தில் கால் வைத்து விட்டாள். நல்லவேளை பெரிய காயம் எதுவும் ஏற்படவில்லை. செருப்புத்தான் பிஞ்சுபோனது. பிஞ்சுபோன செருப்பைக் கையில் எடுத்துக்கொண்டு நடந்தாள். செருப்புத் தைக்கும் நபர்கள் ஒருவர் கூட கண்ணில் படவில்லை. செருப்பைக் கையில் பிடித்துக்கொண்டு நடக்கும் கனலியை ஒரு ஜந்துவை போல ஏற இறங்க பார்த்துச் சென்றனர் அங்கிருந்த மக்கள். மணி ஒண்ணு இருக்கும். தெரிந்த முகங்களைப் பார்த்து விடமாட்டோமா என்ற தவிப்பு கனலியின் முகத்தில் தெரிந்தது. கடந்து போகும் அனைவரின் முகத்தையும் ஒரு முறையாவது நிமிர்ந்து பார்த்தாள்.

கண்ணில் ஒரு செருப்புக்கடை பட்டது. நேரே கடைக்குள் சென்று இருந்த பணத்தில் ஒரு புதுச் செருப்பை வாங்கி மாட்டிக் கொண்டாள். பசி வாட்டியது. திடீரென்று ஒரு யோசனை பளிச்சிட போனை எடுத்தாள். ஆரிஃப் என்ற எண்ணைத் தேடினாள். டயல் செய்யாமல் தயங்கியபடியே நின்றாள்.

ஆரிஃப்-ஐச் சந்தித்து ஒரு வருடம் ஓடிவிட்டது. அவனைப் பார்த்த அந்தக் கடைசி நாளின் நினைவு அப்படியே உறை நிலையில் மனதில் படிந்துவிட்டது. கனலி எப்படி அந்த நாளை மறப்பாள்...

ஆரிஃப் நல்ல உயரம். கோதுமை நிறம். பார்ப்பவர்களை உடனடியாக வசீகரித்து விடும் லட்சணமான முகம். புத்திசாலிப் பையன் என்பதால் அவனுடன் எப்போதும் ஒரு கூட்டம் இருக்கும். கனலிக்கும் அவனுக்கும் பெரிய அளவில் பேச்சு வார்த்தை எதுவும் கிடையாது. எப்போதாவது நேருக்கு நேர் பார்க்க நேர்ந்தால் சின்னதா ஒரு சிரிப்பு அவ்வளவுதான். அவளுக்கு ஆரிஃப்கூட மட்டும் இல்ல, பெருசா யாருடனும் எந்த ஒட்டுதலும் கிடையாது. மங்கைக்குக் கனலியை ரொம்பப் பிடிக்கும். கனலிக்கும் மங்கை மீது அன்பும் மரியாதையும் இருந்தது. எப்படி ஓடியது என்றே தெரியாமல் இரண்டு ஆண்டுகள் ஓடிவிட்டன.

அன்று கல்லூரியின் இறுதி நாள். கனலி வெளிர் சிவப்பு நிறத்தில் புடவை கட்டி வந்திருந்தாள். அனைவரும் பிரிவின் துயரில் கவிதை பாடிக்கொண்டிருந்தனர். கனலி எந்தக் கலக்கமும் இன்றி அனைத்தையும் வேடிக்கை பார்த்துக்கொண்டிருந்தாள்.

கேண்டில் டே கொண்டாட்டம் தொடங்கியது. மெல்லிய இசை அந்த வளாகம் முழுவதும் கேட்டுக்கொண்டிருந்தது. அந்த இசை ஒவ்வொருவருக்கும் ஒவ்வொரு விதமான உணர்வைத் தந்து கொண்டிருந்தது.

தூரத்தில் நின்றிருந்தான் ஆரிஃப். அவனைச் சுற்றி ஆண்களும் பெண்களும் சூழ்ந்திருக்க அவனுடைய கண்களோ கனலியைப் பார்த்துக்கொண்டிருந்தன. அவள் மங்கையுடன் பேசிகொண்டிருந்தாள். அவள் பேசும்போது அவள் காதில் அணிந்திருந்த ஜிமிக்கி இங்கும் அங்குமாய் ஆடியது.

ஆரிஃப் என்னவோபோல இருந்தான். என்ன ஆச்சுப்பா என்று கேட்காத ·ஆள் பாக்கி இல்லை. நேரம் ஆக ஆக அவனின் படபடப்பு கூடியது. அவனுக்கு யார்கூடவும் பேசப் பிடிக்கவில்லை.

மங்கை வேறு பக்கம் சென்ற நேரத்தில் ஆரிஃப் கனலியிடம் வந்தான். எல்லாரிடமும் பேசிய அதே வார்த்தைகளை அவனிடமும் சொன்னாள். "கீப் இன் டச். சென்டு யுவர் வெட்டிங் கார்டு". இன்னும்கூட எதையோ சொன்னாள். அவன் எதையும் காதில் வாங்கிக்கொண்டதாகத் தெரியவில்லை. "காபி குடிக்கலாம் வா" என்றான். உரிமையுடன் அவன் அழைத்தது அவளுக்குப் புதிதாக இருந்தது. எப்போதும் அழகிய பெண்கள் சூழ இருக்கும் ஆரிஃப்பைப் பார்க்கும் போதெல்லாம் கனலிக்கு ஒரு விதமான தாழ்வு மனப்பான்மை வந்து விடும். இந்த இரண்டு ஆண்டுகளில் அவனுடன் பேசிய வார்த்தைகளை விரல் விட்டு எண்ணி விடலாம்.

பல நாள் பழகியவன்போல் உரிமையுடன் இன்று அவளை அழைப்பது அவளுக்கு வித்தியாசமாக இருந்தது. ஆனாலும் அவள் மறுப்பு எதுவும் சொல்லவில்லை. கல்லூரியின் எதிரே இருந்த முற்றிலும் குளிரூட்டப்பட்ட அந்தக் காபி பாருக்கு முதன் முறையாக அவள் அவனுடன் சென்றாள். அவளுக்கு எதுவும் புரியவில்லை. 'ஒரு வேளை மங்கை கிட்ட சொல்ல முடியாத ஏதோ ஒன்றைத் தன்னிடம் சொல்லி அவளிடம் சொல்லச் சொல்லப் போறானோ! இவன் ரேஞ்சுக்கு மங்கையை எப்படி.... ச்சே... அப்படி எதுவும் இருக்காது.வேறு எதுக்கு நம்மள இங்க கூட்டிட்டு வந்திருப்பான்...' இப்படி எதையோ யோசித்துக் கொண்டே சுற்றி இருந்தவைகளை வேடிக்கை பார்த்துக் கொண்டிருந்தாள். அவன் பதட்டத்துடன் உட்காந்திருந்தான்.

அவ்வப்போது ஓரக்கண்ணில் அவனையும் பார்த்துக் கொண்டாள். "இவன் ஏன் இப்படிப் பார்க்கிறான். நாம எதுவும் தப்பாப் பேசிட்டோமா? அட இவன்கிட்ட நாம என்னிக்குப் பேசினோம்." என்று நினைத்து முடிப்பதற்குள், "ஒருவேளை அன்று மங்கையை டேட்டிங் கூப்பிட்ட மணிப்பூர்க்காரன் மாதிரி இவன் நம்மள எதுவும் கூப்பிட்டுவிடுவானா? அப்படி ஏதாச்சும் நடந்தா மங்கை மணிப்பூர்க்காரனைச் சும்மா விட்டதுபோல நாம இவன சும்மாவிடக் கூடாது. காலில் கிடப்பதைக் கழற்றி அடித்துவிட வேண்டும்" என்று நினைத்துக்கொண்டே அவனைப் பார்த்தாள்.

"அட லூசு! அவனைப் பார்த்தா அப்படியா தெரியுது?. அப்படியே இருந்தாலும் அத்தனை அழகிகள் அவனைச் சுற்றிச் சுற்றி வரும்போது சுமாரான நம்மள ஏன் கூப்பிடப் போறான்..." இப்படிப் பலவாறு நினைத்தவள் கடைசியில், தானே பேச்சைத் தொடங்கிவிட்டாள்.

"அடுத்து என்ன செய்யுறதா பிளான்? ஜாப் எதுவும் ரெடி பண்ணிட்டிங்களா ஆரிஃப்?" அவள் வாய் திறந்து பேசியது அவனுக்கு அப்பாடா என்றிருந்தது. அவன் கண்கள் மின்னிடப் பேசத்தொடங்கினான். எதையோ பதிலாகச் சொல்லிவிட்டு, "உனக்கு என்ன பிளான் இருக்கு கனலி? உள்ளூரில் ஜாப் தேடுறியா இல்ல வெளியூர் போறியா?" கடந்த இரண்டு வருடமா வாங்க, போங்க என்று பேசியவன் இன்னிக்கு வா போ என்று ஒருமையில் பேசியது அவளுக்குப் புதிதாக இருந்தது. உண்மையைச் சொல்ல வேண்டும் என்றால் அது அவளுக்கு உள்ளுக்குள் மகிழ்ச்சியைத் தந்தது.

"இப்போதைக்கு உள்ளூரில்தான் வேலை பார்க்கப் போகிறேன்." அம்மா அப்பா, குடும்பம் என்று எல்லாத்தையும் விசாரித்தான். பேச்சு சுவாரசியமாக போய்க் கொண்டிருக்கும்போது,

"கனலி..." என்றான். கனலியின் பெயரை இதற்கு முன்பு இவ்வளவு அழகாக யாரும் கூப்பிட்டது இல்லை. அப்படித்தான் அவளுக்கும் தோன்றியது.

"சொல்லுங்க ஆரிஃப்"

"எனக்கு உன்னப் பிடிச்சுருக்கு. நான் ரொம்ப நாளா உன்னப் பார்த்துக்கிட்டு இருக்கேன். நீ மற்ற பெண்களைப்போல இல்ல. நீ ரொம்பப் புதுசா இருக்க. உன்னோட அமைதியான சுபாவம்

என்னைய என்னவோ பண்ணுது. உன்கூட இப்படியே.... உன்னோட கண்ணைப் பார்த்து பேசிக்கிட்டே மகிழ்ச்சியாக வாழணும். வாழ்நாள் முழுவதும் என்கூட வருவியா கனலி?"

அவள் அப்படியே உறைந்து போனாள். அவள் எவ்வளவு தேடியும் பதில் சொல்லுவதற்கு ஒரு வார்த்தைகூட கிடைக்கவில்லை. பயத்தில் அவள் கண்களின் ரெப்பை படபடத்தது. அவள் மௌனியாக இருந்தாள். அவனுடைய பார்வையை அவளால் எதிர்கொள்ள முடியவில்லை. அவள் தலை கவிழ்ந்து உட்கார்ந்து இருப்பது பார்ப்பதற்கு மாருதியின் ஓவியம் போல ரொம்ப அழகாக இருந்தது. அவன் அவளை எத்தனை நேரம் அப்படிப் பார்த்துக்கொண்டிருந்தான் என்று தெரியவில்லை.

'இவனுக்கு என்ன பைத்தியமா பிடிச்சுருக்கு! என்கிட்ட போயி இதையெல்லாம் பேசுறான். இவனுக்கும் எனக்கும் என்ன இருக்கு?' கனலிக்கு அழுகை வருவதுபோல இருந்தது. 'ஆமா... இல்லை ஏதாவது சொல்லலாம். அதை விடுத்து ஏன் தனக்கு அழுகை வருகிறது?' அவள் வேகமாக எழுந்தாள்.

"நேரம் ஆச்சு. நான் போறேன்" என்று கிளம்பியவளின் கையைப் பற்றி நிறுத்தினான். அவன் கை பட்டதும் உடல் முழுவதும் மின்சாரம் பாய்ந்ததுபோல இருந்தது. அவள் அவன் பிடியிலிருந்து விடுவித்துக்கொள்ள விரும்பாவிட்டாலும் ஏதோ ஒன்று அவளை அச்சப்படுத்த, தன் கையை வெடுக்கென்று விலக்கிக்கொண்டாள். அவளின் கன்னங்களில் கண்ணீர் தெரித்து ஓடியது. அவன் அவளின் அருகில் வந்து அமர்ந்து அவளின் கைகளைப் பற்றிக்கொண்டான். அவள் வேகமாய் எழுந்து அவன் கண்களைப் பார்த்து சொன்னாள், "உங்க அன்புக்கு நான் பொருத்தமானவள் கிடையாது". வேகமாய் வெளியேறிவிட்டாள். அதன் பிறகு அவன் எவ்வளவு முயற்சித்தும் கனலியின் அன்பைப் பெறவும் முடியவில்லை. அவளைச் சந்திக்கவும் முடியவில்லை.

ஆரிஃப் கனலியை மிகவும் நேசித்தான். கண் பார்த்துக் காதலைச் சொன்னான். கனலிதான் வீட்டைக் காரணம் காட்டி ஆரிஃபைத் தவிர்த்து விட்டாள். அவன் சென்னையில் இருப்பதாக மங்கைதான் நேற்று சொன்னாள். இன்று வேறு வழி இல்லை ஆரிஃப்க்கு போன் செய்தாள்.

எதிர்முனையில் ஆரிஃப்.

“ஹலோ... நான் கனலி பேசுகிறேன்” என்றாள் தயங்கியபடி.

“சொல்லு கனலி!” அவன் குரலில் இருந்த பதற்றத்தைக் கனலியும் உணர்ந்தாள். அடுத்த முப்பது நிமிடத்திற்குள் அங்கு வந்து சேர்ந்தான். அவனின் முகம் பார்த்துப் பேச கனலிக்கு தயக்கமாக இருந்தது.

ஒரு வழியாச் சமாளித்துக்கொண்டு பேசத் தொடங்கினாள். வேலை தேடி வந்து அலையும் கதையைச் சுருக்கமாகக் கூறினாள். அவனும் தலையாட்டிக்கொண்டே நின்றான்.

“நான் இன்னும் சாப்பிடல. நீ சாப்டியா கனலி?” என்ற ஆரிஃப்பின் கேள்விக்குப் பதில் சொல்லாமல் மௌனமாய் நின்றிருந்தாள். “சாப்பிட்டியான்னு கேட்டேன்” என்று மறுபடியும் கேட்டான். ‘இல்லை’ என்பதுபோல் தலையை ஆட்டினாள்.

“சரி. வா, சாப்பிடப் போகலாம்” என்றான். அவளுக்குத் தயக்கமாய் இருந்தது. ஆனாலும் வேறு வழி தெரியவில்லை. சாயங்காலம் வரை நேரத்தைப் போக்கணும். பசி வேறு பயங்கரமாக இருந்தது.இருவரும் ஹோட்டலுக்குள் நுழைந்தனர். ஒரு நல்ல இடம் பார்த்து உட்கார்ந்தனர். அவன் இவளை ஊடுருவிப் பார்த்துக்கொண்டிருந்தான். கனலிக்குச் சங்கடமாய் இருந்தது. அவளே பேச்சைத் தொடங்கினாள். இருவரும் பொதுவான விஷயங்களைப் பற்றியும், பழைய வகுப்புத் தோழர்களைப் பற்றியும் பேசினார்கள். இப்படியாகப் பேச்சுப் பல திசையிலும் சென்றது. சாப்பிட்டு முடித்ததும், “வா... நான் உன்னை மங்கை வீட்டுல விட்டுடுறேன்” என்றான்.

“இல்லப்பா! நானே போயிடுவேன்” என்றாள். வேகமாய் பர்சிலிருந்து பணத்தை எடுத்தான். கத்தையான பணத்தை அவள் கைக்குள் திணித்தான். பதறிப் போனாள். “எனக்கு பணம் எல்லாம் வேண்டாம்” என்றாள். “சென்னை உனக்குப் புதுசு. எல்லா இடத்திற்கும் பஸ்ஸில் போக முடியாது. ஆட்டோல போ. கைச்செலவுக்கு இந்தப் பணத்தை வச்சுக்கோ” என்று மன்றாடினான். அவள் அப்பட்டமாய் மறுத்தாள்.

“ஒரு நண்பனாக்கூட நீ என்னை ஏற்றுக்கொள்ள மாட்டாயா கனலி?” என்று அவன் கேட்ட போது அவன் கண்கள் ஈரமானதைக் கவனித்தாள் கனலி. “இதைக் கடனாக வாங்கிக்கொள்கிறேன். முதல் மாத சம்பளத்தில் திருப்பித் தந்து விடுவேன். நீங்க

மறுக்காமல் வாங்கிக் கொள்ள வேண்டும் சரியா?" என்றாள். அவன் மகிழ்ச்சியாகத் தலையை ஆட்டினான். செங்குன்றம் செல்லும் பேருந்தில் ஏற்றிவிட்டு பேருந்து கிளம்பும் வரை காத்திருந்தான். கனலிக்கு என்னவோபோல இருந்தது. பஸ் கிளம்பிய பிறகுதான் அவன் கிளம்பினான். 'நல்ல பையன் தான்' என்று லேசாகச் சிரித்துக்கொண்டாள்.

மாலை ஏழு மணி இருக்கும். மங்கையின் அறையில் இருந்தாள் கனலி. புதுச்செருப்பு காலைக் கடித்துப் புண்ணாக்கிவிட்டது. ஒரே... எரிச்சலாய் இருந்தது. இயலாமையின் மொத்த வடிவமாக உட்கார்ந்து இருந்தாள் கனலி. மங்கை உள்ளே வந்தாள். கனலியின் கண்களில் இருந்து கண்ணீர் ஓடிக்கொண்டிருந்தது.

அவள் மங்கை வந்ததைக் கவனிக்கவில்லை. 'கனலி! நீ இப்படி உட்கார்ந்து இருப்பதைப் பார்க்கும்போது அழகான சிலை போல் இருக்கிறது' என்றாள் மங்கை. மங்கையைப் பார்த்ததும் அவசரமாய்க் கண்களைத் துடைத்துக்கொண்டாள்.

"என்ன ஆச்சு. ஏன் அழுற?"

"ஒன்னும் இல்ல. சும்மாதான், வீட்டின் ஞாபகம் வந்துட்டு" என்று சமாளித்தாள் கனலி.

"ஆரிஃப் பேசினான். உன்னைப் பார்த்ததாகச் சொன்னான்".

"ஆமா பார்த்தேன்" என்றாள் கனலி.

"அவன் எதுவும் கேட்டானா?"

"இல்லை".

"நான்தான் அப்பவே மாட்டேன் என்று சொல்லிட்டேனே" என்றாள்.

"அப்போ சொன்ன... இப்ப நீ என்ன நினைக்கிற..." என்றாள் மங்கை.

"எப்பவும் அதே பதில்தான். அவன் காதலுக்கு நான் தகுதியானவள் இல்லை. எனக்கு என் குடும்பம் முக்கியம். கடனில் தவிக்கும் அப்பாவுக்கு நான் சம்பாதித்துக் கொடுக்கணும். தம்பி, தங்கச்சியைப் படிக்க வைக்கணும். எனக்கு காதல் கண்றாவி எல்லாம் ஒத்து வராதுப்பா!" என்று சொல்லிவிட்டு ஜன்னல் பக்கம் முகத்தைத் திருப்பிக்கொண்டாள். காட்டாறு கன்னத்தில் ஓடிக்கொண்டிருந்தது.

மறுநாள் காலையில் எல்லோருக்கும் முன்பாக எழுந்து குளித்துக் கிளம்பினாள். காலில் செருப்புக் கடித்த புண் நீர் பிடிச்சு வீங்கி இருந்தது. காலைத் தரையில் ஊன்றி நடக்கவே சிரமமாக இருந்தது. சாப்பிடாமலே ஏதோ காரணம் சொல்லிவிட்டு வேகமாக வெளியேறினாள். நேற்று வாங்கிய புதுச்செருப்பை மாட்ட முயற்சி செய்தாள். வேதனையாக இருந்தது. கால் வீங்கி இருந்ததால் செருப்புக்குள் காலை நுழைக்க முடியவில்லை. பக்கத்தில் பாத்ரூமுக்கு போடும் செப்பல் ஒரு ஜோடி கிடந்தது. பழைய செருப்புதான். அது மங்கை வீட்டிற்குப் போடும் செருப்பாக இருக்கும் என்று நினைத்த கனலி அதை மாட்டிக் கொண்டு கிளம்பி விட்டாள்.

நாராயணன் சாரின் வருகைக்காகக் காத்திருந்தாள். அவர் வந்ததும் அறிமுகம் செய்து கொண்டாள். “கவின் நேற்று போனில் சொன்னான்ம்மா!. கொஞ்ச நேரம் வெயிட் பண்ணுங்க. ஸ்டேட் மேனேஜர் இப்போ வந்துருவார். அவரைப் பார்க்க அழைச்சிட்டுபோறேன்” என்றார். ஸ்டேட் மேனேஜர் கனலியை இன்டர்வியூ செய்தார். கனலியின் பதில் ஸ்டேட் மேனேஜருக்கு மிகவும் திருப்திகரமாக இருந்தது. ஆனால் பதில் ஏதும் சொல்லவில்லை. ரிசல்ட் நாளைக்குதான் தெரியும் என்று கூறி நாராயணன் சார் கனலியை அனுப்பிவிட்டார். அவள் பெரும் குழப்பத்துடன் மங்கையின் வீட்டை நோக்கிப் பயணித்தாள். வீட்டு வாசலில் மங்கையின் பாட்டி நின்றிருந்தாள். கனலிக்கு பகீர்! என்று இருந்தது. பாட்டியின் முகத்தில் எள்ளும் கொள்ளும் வெடித்தன. தயங்கித் தயங்கி உள்ளே வந்தாள்.

“உனக்கு வெட்கமா இல்லையா?” என்ற பாட்டியின் கேள்வி கனலியைத் தூக்கிவாரிப் போட்டது.

“இப்படி எல்லாம் எதுக்கு வாழணும்?. யாரைக் கேட்டு நீ என் மருமகள் செருப்பை போட்டுட்டுப் போன?” என்ற பாட்டியின் அடுக்கடுக்கான கேள்விகள் கனலியை நிலைகுலைய வைத்தது. நிர்வாண உடம்புடன் நடுத்தெருவில் நிற்பதுபோல வெட்கிக் கூசிப் போனாள். பாட்டியின் கேள்வி நியாயமானது தான். தான் யாரையும் கேட்காமலே செருப்பைப் போட்டிருக்கக் கூடாது. அப்படி போட்டுச் சென்றது பெரும் தவறு என்று நினைத்து அழுதாள்.

“நீ வந்து ஒரு வாரத்துக்கு மேல ஆச்சு. அடுத்தவங்க வீட்ல இப்படி வாரக்கணக்கா வந்து தங்க உனக்கு அசிங்கமா இல்லையா? நீயும் உன் முகரையும்” என்று வாய்க்கு வந்ததை எல்லாம் பேசினாள். கனலி ஒரு வார்த்தைகூடப் பதில் பேசவில்லை. அழுது கொண்டே உள்ளே சென்றாள். தனது துணிகளை எடுத்து பையில் வைத்தாள். வேகமாய் வெளியேறினாள். யாரிடமும் சொல்லவில்லை. பஸ் ஏறி கோயம்பேடு பேருந்து நிலையத்திற்கு வந்து சேர்ந்தாள். எங்கு செல்வது என்றே தெரியவில்லை. அவள் முன்பாக புதுச்சேரி பஸ் வந்து நின்றது. புதுச்சேரி என்ற போர்டைப் பார்த்ததும் அவளுக்கு ராதிகா அக்காவின் நினைவு வந்தது.

'புதுச்சேரி போலாமா...? இல்லன்னா ஊருக்கே போயிடலாமா...?' யோசித்தாள். ஒருவேளை நாளைக்கு நாராயணன் சார் வேலையில வந்து ஜாய்ன் பண்ணச் சொல்லிட்டா எப்படி ஊரிலிருந்து உடனே வர முடியும். என்ன செய்றது?. குழப்பமாக இருந்தது. ராதிகா அக்கா வீட்டிற்கே சென்றுவிட தீர்மானித்தாள். பஸ் ஏறி விட்டு மங்கையிடம் தகவல் சொன்னாள். 'திரும்பத் திரும்ப ஏன் போற' என்று கேட்டாள் மங்கை. கனலி காரணம் சொல்ல மறுத்து விட்டாள்.

ராதிகா அக்காவுக்குப் போன் செய்தாள். அக்காவுக்கு ரொம்ப மகிழ்ச்சி. கனலியைப் பேருந்து நிலையத்திற்கு வந்து அழைத்துப் போனாள்.

“நீ வருவன்னு நான் கற்பனைகூட செய்யலப்பா எனக்கு எவ்வளவு சந்தோசமா இருக்கு தெரியுமா? கொறஞ்சது ஒரு வாரமாவது நீ என்கூட இருக்கணும்” என்றாள்.

கனலி லேசாகச் சிரித்தாள். அவளுக்கு என்னவோபோல இருந்தது. உலகின் ஒட்டுமொத்தத் துயரமும் தன்னையேச் சூழ்ந்து கொண்டிருப்பது போல அவளுக்குத் தோன்றியது.

இருவரும் மனம் விட்டுப் பேசினர். கடற்கரைக்கு அருகில் தான் ராதிகாவின் வீடு. பேசிக்கொண்டே நடந்து கடற்கரை வந்தனர். கடற்காற்று கனலிக்கு ஏற்பட்ட அவமானத்தை மெல்ல வருடியது. அவளுக்கு அழுகையாய் வந்தது. ராதிகா பார்க்காத நேரத்தில் கண்களைத் துடைத்துக்கொன்டாள். ராதிகா எதை எதையோ பேசினாள். எதுவுமே கனலியின் காதில் விழவில்லை. பட்ட அவமானம் நெஞ்சுக்கூட்டைக் குடைந்தது.

இருவரும் பேசியபடியே வீடு வந்து சேர்ந்தனர். என்ன பேசினாலும் மங்கையின் பாட்டி கேட்ட ஒவ்வொரு கேள்வியும் கனலிக்கு ஊசியாய்க் குத்தியது. நேரம் ஆக ஆக வேதனை கூடியது. பட்ட அவமானத்தை எல்லாம் எங்கு போய் கொட்டுவது என்று தவியாய்த் தவித்தாள். அவளால் ஓர் இடத்தில் சும்மா இருக்க முடியவில்லை. திடீரென்று ஆரிஃபின் பின் நினைவு வர அதுவும் அவளைப் பாடாய்ப்படுத்தியது. கிறுக்கு பிடிச்சுடும் போல இருந்தது. 'தன்னோட இல்லாமையும் இயலாமையும் தன்னை இப்படி அவமானப்படுத்துகிறதே?' என்று உள்ளுக்குள் வேதனையில் உருகினாள். ராதிகா நண்டு கழுவிக்கொண்டே பழைய கதைகளைக் கூறிக்கொண்டிருந்தாள். எந்தக் கதையையும் காதில் வாங்காமல் எதையோ யோசித்துக் கொண்டிருந்த கனலியின் கண்களில் அந்தப் பாட்டில் பட்டுவிட்டது. அதன் அருகில் சென்றாள். அதை எடுத்தாள்.

ராதிகா சொன்னாள்:

அது அப்பாவோடது கனலி! உனக்குதான் தெரியுமே அப்பாவுக்கு பீர் குடிக்கும் பழக்கம் இருக்குன்னு. ராதிகா சொன்னதில் ‘பீர்’ என்ற வார்த்தை மட்டுமே கனலியின் காதில் விழுந்தது. மூடியை வேகமாய்த் திறந்து மடக் மடக் என்று குடிக்க ஆரம்பித்தாள்.

4
தீட்டு

ஊரே பரபரப்பாக இருந்தது. எங்கு பார்த்தாலும் ஒரே ஓட்டமும் நடையுமாக மக்கள் தங்கள் பொருட்களை ஒதுங்க வைத்துக் கொண்டிருந்தார்கள்.

"அன்பார்ந்த மக்களே!" என்று மைக்கில் பேசிக்கொண்டே செல்லும் அரசாங்கப் பிரதிநிதியின் ஆட்டோப் பிரச்சாரம் கிராமவாசிகளை இன்னும் கலவரப்படுத்தியது. ஜனக்கூட்டம், இங்குமங்குமாய் நின்று கூடிக் கூடிப் பேசினர்.

வேணிக்கு என்ன நடக்குதுன்னே புரியவில்லை. அதையும் இதையும் எடுத்துவைக்கும் அம்மாவைக் கூப்பிட்டாள்

"என்ன பாப்பா?"

"என்னம்மா அது? ஆட்டோல ஏதோ பேசிட்டுப் போறாங்க?"

"அது எதுக்கு உனக்கு?"

"ஏன்ம்மா! யாரும் செத்துப்போயிட்டாங்களா?"

"அட...இல்ல பாப்பா புயல் வருதாம்! அதான் ஆட்டோல சொல்லிட்டுப் போறாங்க".

"அதனாலதான் கொல்லையில இருக்குற எல்லாத்தையும் வீட்டுக்குள்ள எடுத்து வைக்கிறியா அம்மா?"

"ஆமாடி தங்கம்! கோழிகளுக்கு ஒன்னு கெடக்க ஒன்னு ஆச்சுதுன்னா அவ்ளோதான். உங்க அப்பா தன்னோட ஒட்டு மொத்த மொதலும் போச்சுன்னு என்னைய கொன்னுபுடுவாரு".

வேணி தயங்கியபடி கேட்டாள்:

"அம்மா நானு?!"

ஒரு நிமிடம் மௌனமாக நின்றாள். "நீ வீட்டிற்குள் வரவேண்டாம்டா தங்கம்.

தீட்டு!"

“எதும்மா தீட்டு? நான் உன் பொண்ணுதானே? இது என்னோட வீடுதானே? அப்புறம் எப்படிம்மா தீட்டுன்னு சொல்லுற?”

“வீட்டுக்குத் தூரமாகி இன்னும் மூணு நாள் முடியலையே பாப்பா! அதனால இங்கேயே இருடா ஆயி. சமத்துப் பொண்ணு தானே நீ? அம்மா சொன்னாக் கேட்டுக்கணும். நான் உன்ன உள்ள கூட்டிட்டுப் போனா உங்க அப்பத்தா அப்படியே சாமி ஆடிடும். வேண்டாம்டா ஆயி! அப்புறம் வீட்டுல நடக்குற நல்லது கெட்டது எல்லாத்துக்கும் நீதான் காரணம்னு சொல்லிடுவாங்க”.

“அம்மா... எனக்குப் பயமா இருக்கும்மா”.

“என்னடா பயம்?”

“நான் இங்கதான் இருப்பேன். பயப்படாத ஆயி! உன்ன அம்மா அப்படியெல்லாம் தனியா விட்டுடுவேனா? இந்த இடத்திற்கு என்ன குறைச்சல்? இதுவும் நம்ம வீட்டோட சேர்ந்ததுதானே! நீ எனக்கு ஒத்த மக. தவமிருந்து பெத்த மக. அம்மாவும் அப்பாவும் ஓடுறதும் உழைக்குறதும் இந்த செல்ல மகளுக்காகத்தானே!”

“அப்போ நான் உள்ள வாரேன்ம்மா!” அடம் பிடித்தாள் வேணி”

“தங்கமகளே! தீட்டுக் கழியாம உள்ள கூப்பிட்டா நம்ம குடும்பத்துக்கு ஆகாதுடா! வீட்டுக்குள்ள சாமி இருக்கு. சாமி குத்தம் ஆயிடும்.

இது பாதுகாப்பான இடம் தான்.

புயல் என்ன வீட்டவா தூக்கிட்டுப் போகப்போகுது? கொஞ்சம் வேகமா காத்து அடிக்கும். கொல்லையில மரக்கொம்பு உடைஞ்சு விழும். அவ்வளவுதான். நீ எதுக்கும் பயப்படாத” என்று சொல்லிட்டு இருக்கும்போதே,

"சும்மா மசமசன்னு நிக்காம...

அந்த ஆட்டப் புடிச்சு வீட்டுக்குள்ள கட்டு" என்று அப்பா வேகம் பண்ணினார்.

அம்மா ஆட்டை நோக்கி ஓடினாள். எங்கிருந்தோ ஆட்டோவில் எதையோ அறிவிக்கும் சத்தம் கேட்டது.

★★★

இரவில் பள்ளிக்கூடம் விளக்கு வெளிச்சத்தில் பளபளத்தது. கிராம நிர்வாகத்தினர் பள்ளி வளாகத்தில் அடுப்புக் கூட்டி சமைக்கத் தொடங்கினர்.

பல்லுப் போன நான்கு பாட்டிகள் கூட்டமாக உட்கார்ந்து கதை பேசிக்கொண்டிருந்தனர்.

"ஏண்டி ராக்கு புசல் வருது புசல் வருதுன்னு சும்மா டீவி பொட்டில பொலம்புரானுவோ'

நாம பார்க்காத புசலா?! என்னமோ புதுசாச் சொல்லுறானுக". என்றாள் முருகாயிக் கிழவி.

"தட்டிப் போட்ட ரொட்டியத் திருப்பிப்போட நாதி இல்லாத நமக்குத் தங்க இடம் கொடுத்து சோத்துக்கு ஏற்பாடும் பண்ணினா நீ இதுவும் பேசுவ இதுக்கு மேலயும் பேசுவடி அம்மா..." என்றாள் அழகாயி பாட்டி.

"அட! தெரிஞ்சுக்கலாம்ணுதான் கேட்டேன் மதினி!" என்று இழுத்தாள் முருகாயி கிழவி.

“இன்னும் கொஞ்ச நேரத்துல புசலே வரும் பார்த்துத் தெரிஞ்சுக்க” என்றாள் குருவம்மா பாட்டி.

இப்படியாகப் பெருசுகளின் பேச்சிலும் சிரிப்பிலும் பள்ளிக்கூடம் கலகலத்தது.

....

“இந்தாம்மா! குடிசை வீட்டுக்காரங்க இன்று பள்ளிக்கூடத்துல தான் தங்கணும். இது அரசாங்க உத்தரவு.”

“என்னாப்பா தம்பி! புசல் புசல்ன்னு சும்மா பயமுறுத்துறிங்க. இதுக்கு முன்னாடி புசல் வராமலா இருந்துச்சு அப்பல்லாம் இப்படி கெடுபிடி பண்ணலையே? இப்போ ஏன் எங்கள இப்படிப் பாடா படுத்துறீங்க. நாங்க உங்க பின்னாடி வந்து பள்ளிக்கூடத்துல தங்கினா இந்த ஆடு, மாடுகள எங்க விடுறது? அதுக உசுரு உங்களுக்கு உசுராத் தெரியலையா தம்பி?”

'சரி, அதையும் கூட்டிகிட்டு வாங்க'

“சரி... நான் கூட்டிட்டு வாரேன் - ஆனா ஊருல முக்காவாசிச்

சனங்க குடுச வீட்டுலதான் இருக்காங்க. வீட்டுக்கு ஒரு மாடு, ஒரு ஆடு இருக்குன்னு வச்சுகிட்டாலும் அத்தனையும் எங்க கட்டுறது? ஒட்டுமொத்த சனமும் வந்தாவே ஒதுங்கி நிக்க பள்ளிக் கூடத்துல இடம் கிடையாது. என்ன கணக்கு வழக்குல எங்களக் கூப்பிடுறீங்க? போங்கப்பா... போற உசுரு புசல்ல தான் போகுதுன்னா போகட்டுமே" இப்படியாகச் சிலர் வீம்பு பிடித்தனர்.

கிராம நிர்வாகத்தினர் குடிசை வீட்டில் வசிக்கும் மக்களைப் பள்ளிக்கு வரும்படி கட்டாயப்படுத்தினர். பலர் பள்ளியை நோக்கி வந்தனர். சிலர் அங்கேயே தங்கி விட்டனர்.

"வங்கக் கடலில் உருவாகியுள்ள புயல் தமிழக கடற்கரையைக் கடக்கும் என்று எதிர்பார்க்கப்படுகிறது. நூற்று நாற்பது கி.மீ. வேகம் முதல் நூற்று அறுபது கி.மீ. வேகத்தில் புயல் கரையைக் கடக்கும் என்பதால் மக்கள் பாதுகாப்பான இடங்களுக்குச் செல்லுமாறு அறிவுறுத்தப்படுகிறார்கள்" என்று ஏதோ ஒரு டிவி சேனலில் ஒளிபரப்பாகிக் கொண்டிருந்த செய்தியின் சத்தம் வேணியின் காதில் விழுந்தது.

எல்லா வீடுகளும் குறிப்பிட்ட நேரம்வரை செய்திச் சேனல்களின் பிரேக்கிங் நியூஸ் களேபரப்பட்டது.

ஆடு, மாடுகூட பாதுகாப்பான இடத்துக்குப் போயிட்டு... என்று நினைத்து முடிக்கும் முன்னே வேணிக்கு கண்ணீர் மாலை மாலையாகக் கொட்டியது.

மின்சாரம் துண்டிக்கப்பட்டது.

மினுக் மினுக் என்று எரிந்துகொண்டிருந்த குண்டு பல்பின் வெளிச்சமும் இப்போது இல்லை. கொஞ்ச நோக்கில் ஒட்டு மொத்தமும் இருண்டு பக்கத்தில் இருக்கும் பொருள்கூட கண்ணுக்குத் தெரியவில்லை. வேணியின் பயம் இன்னும் கூடியது.

"அம்மா...அம்மா..."

"என்ன ஆயி?"

"பயமா இருக்கு. நான் உள்ள வாரேன்".

அம்மாவிடம் வேணி உள்ளே வாரேன் என்று சொன்னது அப்பத்தா காதில் விழுந்து விட்டது.

"என் வயசுக்கு... இந்த மாதிரி எத்தன புசலப் பார்த்திருப்பேன். அதெல்லாம் ஒன்னும் இல்ல. நீ அங்கயே இரு. உள்ள வந்தா தீட்டு. சாமிகுத்தம் ஆயிடும்" வீட்டிற்குள் இருந்தபடியே அப்பத்தா கிழவி கத்துச்சு.

அம்மா வெளியே வந்தார்.

பயப்படாத ஆயி.

சின்னத் தூறல் விழுந்தாவே இந்த ஊரில் கரண்டகட் பண்ணுவானுக. இப்போ காத்து வேற வேகமா அடிக்கும்ன்னு சொல்லும்போது சும்மா இருப்பாங்களா? அதான் கரண்ட் கட் பண்ணிட்டாங்க.

"நீ பயப்படாத...

விளக்கு கொண்டுவாரேன்.

நீ கூப்பிடும் தூரத்தில்தான் அம்மா படுத்திருப்பேன்."

பதில் சொல்லிவிட்டு அம்மா உள்ளே போய்விட்டாள்.

'ஏன்தான் பொண்ணாப் பிறந்தோம் என்று தன்னைத்தானே?' நொந்துகொண்டாள் வேணி.

மாதாமாதம் எந்த மழை அடிச்சாலும், பனி அடிச்சாலும் அந்த மூன்றுநாள்...

இந்த தாவாரத்தில் உட்கார வச்சுடுறாங்க. மூன்று நாளுமே வேணிக்கு நரக வேதனைதான். முதல் இரண்டுநாள் வயிறு வலியில் துடித்துப் போவாள். வலியில் உருண்டு பொரண்டாலும் ஒரு நாள்கூட ஆஸ்பத்திரிக்குக் கூட்டிட்டுப் போனதில்ல. வெந்தயத்தை ஊறவச்சு தண்ணீரும் வெந்தயமுமா குடிக்கக் குடுக்கும் அப்பத்தாவப் பார்க்கும்போது வேணிக்குக் கொலவெறிவரும். அதுவும் மார்கழி மாசம் குளிரில் நடுங்கியபடி இருக்கும்போதுகூட வெந்தயத்தைக் குடிக்கச் சொல்லி கொடுமைப் படுத்தும். அதை முழுங்கிட்டு இந்தச் சுடுதண்ணியக் குடின்னு சொல்லிக்கிட்டே காலநீட்டி உட்கார்ந்துடும் ராட்சசி கிழவி.

அது கிட்ட இருந்து மட்டும் வேணியால தப்பிக்கவே முடியாது. வேணிக்கு மட்டுமில்ல அவங்க அம்மாவுக்கும் அதுதான் நிலைமை. அந்த ஊரில் உள்ள எல்லா வீடுகளிலும் எது இருக்கோ இல்லையோ கொல்லைப்புறத்தில் ஒரு தாவாரமும் தனித்தட்டும் தவறாம இருக்கும். இது அந்த ஊரின் பாரம்பரியம்.

எதையாவது வேணி சொல்ல வந்தா அவ்ளோதான். கிழவி புடிச்சுக்கும். அப்பத்தா கிழவி பேசுறப் பேச்ச காது கொடுத்துக் கேட்கமுடியாது.

"பெரிய அலுவசமயிராப் பேசுறா! பொட்டச்சியாப் பொறந்தா இந்த வலியப் பொறுத்துக்கத் தான் வேணும். இந்த வலிக்கே இப்படிக் கத்தி ஊரக்கூட்டுறா... இவ எங்க பிள்ளை பெறுகிற வலியப் பொறுக்கப் போறாளோ. பார்த்துகிட்டே இருங்க. நம்மள இவ கேவலப்படுத்தத்தான் போறா... என்று சம்பந்தமில்லாமல் எதையோ பேச ஆரம்பிச்சுடும். கடைசியா பிள்ளை வளர்க்கத் தெரியலன்னு அம்மாவைத் திட்ட ஆரம்பிச்சிடும் அந்தக் கிழவி.

இதெல்லாம் என்னிக்குத்தான் ஒழியுமோ?.

வேணிக்கு அழுகையும் விரக்தியும் மாறி மாறி வந்து அவளை மிகவும் சங்கடப்படுத்தியது. அக்கம்பக்கத்து வீடுகளிலிருந்து கேட்கும் பேச்சும் அங்கலாய்ப்பும் வேணிக்குத் திகிலை உண்டு பண்ணியது.

அவள் அந்த இருளுக்குள் எதையோ தொலைத்தவளைப்போல இருந்தாள். குத்துக்கால் வைத்துக்கொண்டு மிகப் பரிதாபமாக உட்கார்ந்திருந்தாள். அவளுக்கு முன்பாக இருந்த தனித்தட்டு கண்ணில் பட்டது. அதைப் பார்க்கும்போது வெறுப்பாய் இருந்தது. அவளுக்குக் கோபம் கோபமாய் வந்தது. அந்தக் கோபம் யார் மீது வந்தது என்று அவளால் பிரித்து உணர முடியவில்லை. வந்த கோபத்துக்குத் தட்டைத் தூக்கி கொல்லையில் வீசி எறிந்தாள்.

'பிறந்தது முதல் சடங்காகும் வரை அம்மா தன்னை எப்படியெல்லாம் கவனித்துக்கொண்டாள்?'

நினைக்க நினைக்க அழுகை வந்தது. பள்ளிக்கூடம் போகும் வயது வரை இடுப்பைவிட்டு இறக்கிவிட்டதா வேணிக்கு நினைவுல இல்ல. 'அப்படி இருந்த அம்மா இப்போ ஏன் இப்படி பண்ணுறாங்க? தவமிருந்து பெத்த மகளே!' ன்னு வார்த்தைக்கு வார்த்தை சொல்லிட்டு இப்படி தாவாரத்துல விட்டுட்டாங்களே! மனதிற்குள் புலம்பித் தவித்தாள்.

வீட்டிற்குள் ஆடு, மாடுகளைக் கட்டும்போது கண்களில் வடியும் கண்ணீரை முந்தானையில துடைத்துக்கொண்டாள் வேலம்மாள். 'ஆடு, மாடுகளை எல்லாம் வீட்டிற்குள் அடைச்சுட்டு பெத்த பிள்ளையத் தாவாரத்துல உட்கார வச்சுட்டமே?' என்று

நினைக்கும்போது அடிவயிற்றில் ஒரு பிரளயமே ஏற்பட்டது போல இருந்தது. முந்தானையில் மூக்கை சிந்திக்கொண்டே தினந்தோறும் விதவிதமாய்ச் சடைபின்னி பூ வைத்து அழகுபார்த்த மகளை இப்படிப் புயல்ல தவிக்க விட்டுட்டேனே! ஆத்தா மாரியாத்தா நீதான் எம்புள்ளைக்கு எந்த ஆபத்தும் வந்துடாம பார்த்துக்கணும்...'

வெள்ளாம இல்லாத வருசத்திலையும் விதவிதமா புதுத்துணி எடுத்துப் போட்டு அழகு பார்த்த நினைவு வேலம்மாளுக்கு படம் போல ஓடியது. 'வயலுக்கு வந்தா கருத்துப்போயிருவான்னு வெயில் படாம வளர்த்த என் செல்ல மகளே இப்படி ஒரு ஆபத்து நேரத்தில உன்ன வீட்டிற்குள்ள கூப்பிடத் துப்பில்லாத சண்டாளி ஆயிட்டேனே...' என்று முனங்குவதும் மூக்கு சிந்துவதுமாக இருந்தாள்.

....

பார்த்து பார்த்து வளத்த அம்மாவுக்கு இப்போ நான் தீட்டு. கன்னத்தில் வழிந்த கண்ணீரை துடைக்க மறந்து சிலையென சமைந்திருந்தாள் வேணி.

'அப்பாத்தா கிழவிக்குத்தான் புத்திக்கெட்டுப் போச்சு. அம்மாவாவது எனக்காகப் பேசலாம்தானே?' என்று நினைத்து முடிக்கும் முன்னே அம்மாவின் பரிதாபமான முகம் நினைவுக்கு வந்தது. 'அம்மா பாவம்! அவங்க பேச்சு இந்த வீட்டுல என்னிக்கு எடுபட்டிருக்கு?' என்று சலித்துக்கொண்டாள்.

வேணிக்கு 'ஏன்டா சடங்கானோம்?' என்று வேதனையாக இருந்தது. அழுதுகொண்டே வீட்டிற்குள் எட்டிப் பார்த்தாள். விளக்கு வெளிச்சத்தில் எல்லாம் பரபரப்பாகத் தெரிந்தது.

அப்பா கொல்லையில் கிடந்த எதையோ எடுக்க வந்தவர் தாவாரத்தை கடக்கும்போது கொஞ்ச நேரம் அப்படியே நின்றுவிட்டார். கும்மிருட்டில் அவரின் கண்கள் ஈரமானதை யாரும் கவனித்திருக்க வாய்ப்பில்லை. தாவாரத்தைத் தாங்கி நிற்கும் கற்களைத் தொட்டுப் பார்த்தார். அது அசையவில்லை ஒண்ணும் ஆபத்து இல்லை என்று உறுதி செய்துகொண்டு எடுக்க வந்த பொருளைத் தேடிச் சென்றார்.

நேரம் சென்றது.

நள்ளிரவு நெருங்கியது. புயல் வேகம் எடுத்து கரையைக் கடந்தது.

ஊஊஊஊஊஊஊ..... என்று பெருங்குரலெடுத்து ஊளையிட்ட காற்று நூற்று நாற்பது கி.மீ. வேகத்தில் வீசியது.

வராண்டாவில் வட்டமாய் உட்கார்ந்து வம்பு பேசிய பெருசுகளும் சிறுசுகளும் பள்ளிக்கூட வகுப்பறைக்குள் சென்று பதுங்கினர்.

பெருங்காற்று அசுர வேகத்தில் அடிக்க அத்தனையும் பறந்தது. அடியோடு சாய்ந்தது. அக்கம் பக்கத்துக் காரை வீடுகளில் குடிசைவாசிகள் தஞ்சம் புகுந்தனர்.

அகிலாவும் அவளின் தங்கச்சியும் மட்டும்தான் அந்தக் குடிசையில் இருந்தனர். அகிலாவின் அக்காவைப் பிரசவத்திற்காகத் திருத்துறைப்பூண்டி ஆஸ்பத்திரியில் சேர்த்திருப்பதால் அகிலாவின் அம்மா ஆஸ்பத்திரியில் தங்கிவிட்டார்.

“அம்மா மட்டும்தான் ஆஸ்பத்திரியில் அக்காகூட இருப்பாங்க, நான் வந்துடுவேன்னு சொன்ன அப்பா இன்னும் வரலையே அக்கா? காத்து வேற பயங்கரமா வீச ஆரம்பிச்சுட்டு. எனக்குப் பயமா இருக்கு” என்றாள் இளையவள்.

மூத்தவள் அகிலாவிற்கு என்ன செய்வதென்று தெரியவில்லை. வேகமாக வீசும் காற்றின் வேகத்தில் வீட்டின் கூரை பிச்சுக்கிட்டுப் போய் விழுந்த இடம் தெரியவில்லை. அப்பா வந்துடுவாருன்னு நம்பி பள்ளிக்கூடத்துக்குப் போகாம குடிசையிலே தங்கிவிட்ட பிள்ளைகளுக்கு என்ன செய்வதென்றே புரியவில்லை. அக்காவும் தங்கையும் ஒருவர் கையை ஒருவர் இறுக்கமாக பிடித்துக்கொண்டு குடிசையை விட்டு வேளியேறினர். அவர்கள் வெளியேறிய அடுத்த நொடி குடிசை தரையோடு தரையாகச் சரிந்து கிடந்தது. காற்றின் வேகத்தில் அவர்கள் கீழே தள்ளப்பட்டனர்.

அக்கா....அக்கா... என்று அலறிய தங்கச்சியின் கைகளைத் தட்டுத் தடுமாறிப் பிடித்துக்கொண்டாள். இருவரும் தரையோடு தரையாக ஊர்ந்து சென்று அருகில் இருந்த வேப்பமரத்தைக் கெட்டியாகப் பிடித்துகொண்டனர். காற்று நொடிப்பொழுது தாமதித்த நேரத்தில் ஒரே ஓட்டமாக ஓடி பக்கத்தில் இருந்த காரை வீட்டிற்குள் சென்றனர். தீராத பகை இரு குடும்பத்திற்கும் இருந்தாலும் மழையில் நனைந்து உயிர் பயத்தோடு ஒண்ட வந்த

பிள்ளைகளை அன்போடு உள்ளே அழைத்து அடைக்கலம் தந்தனர். அந்த வீட்டில் உட்கார மட்டுமே இடம் இருந்தது. காற்று அதிபயங்கர வேகத்தில் வீச ஊளைச்சத்தம் மட்டுமே எங்கும் கேட்டது.

அசதியில் வேணியின் வீட்டில் அனைவரும் தூங்கிப் போனார்கள். கொல்லையில் இருந்த தென்னை அடியோடு சாய்ந்து தாவாரத்தின் மீது விழுந்தது.

வேணி தென்னைக்கு அடியில் சிக்கிக்கொண்டாள். 'அம்மா... காப்பாத்து'ன்னு கத்தினாள். பயத்தில் கதறினாள்.

காற்றின் சத்தத்தில் அவளின் சத்தம் அடங்கிப் போனது. வேணி வேதனையில் எந்தச் சாமியை எல்லாம் கூப்பிட்டாளோ?

எப்பவும் போல எந்தச் சாமிக்கும் காது கேட்கல. அழுது அழுது அடங்கிப்போனாள்.

விடிந்தது.

புயலின் கோரத் தாண்டவம் ஊரையே அலங்கோலமாக்கியது. ஊரு தனது அடையாளத்தை இழந்திருந்தது.

தென்னைக்கு அடியில் கிடந்த அழகு மகளை மடியில் வாரிப் போட்டுக்கொண்டு நெஞ்சிலும் வயிற்றிலும் அடிச்சுகிட்டே வேலம்மாள் பெருங்குரலெடுத்து அழுதாள்.

"ஆயி! நானே உன்னைக் கொன்னுட்டேனே"...

5
பாக்கெட் சாராயம்

சூரியனின் மஞ்சள்நிறக் கீற்று பூமிப்பந்தின் மீது படர்ந்து கொண்டிருந்தது. இருள் விலகி லேசான வெளிச்சம் பரவ ஆரம்பித்த அந்த அதிகாலைப் பொழுதில் ஆள் அரவமற்ற அந்தக் கண்மாயின் அடர்ந்த மௌனம் பார்ப்பதற்குப் பெரும் அச்சத்தை ஏற்படுத்தியது.

முந்தின இரவின் அத்தனை ஆர்ப்பாட்டங்களும் அடங்கிப்போய் சர்வ அமைதியாய் ஊத்தங்கரைத் திடலும் அதை ஒட்டி இருந்த கண்மாயும் காட்சியளித்தன. ஒரே இரவுக்குள் மட்டும் எத்தனை மாற்றங்கள் நிகழ்ந்துவிட்டன. ஒவ்வொரு வியாழக்கிழமையின் இரவில் மட்டும் அந்த ஊர், இரவுக்கான அத்தனை சாயல்களையும் அடித்து நொறுக்கி மனிதர்களின் சத்தத்திலும் மாட்டின் மணிஓசையிலும் அல்லோலகல்லோலப்படும்.

ஊத்தங்கரைத் திடலும் அந்த வறண்ட கண்மாயும் நிறைய விசித்திர மனிதர்களையும் நினைவுகளையும் விழுங்கி வீங்கிப் பெருத்து திம்முன்னு இருந்தன. காலையிலிருந்து கழுகு ஒன்று கண்மாயைச் சுற்றிச்சுற்றி வட்டமடித்தபடியே இருக்கிறது.

அவசரத்துக்கு ஒதுங்குவதற்காக அந்தப் பக்கம் வந்த திம்மன்தான் முதலில் பார்த்தான். பேயைக் கண்டவனைப்போல பீதி அடைந்து பயத்தில் என்ன செய்வதென்றே தெரியாமல் இங்கிட்டும் அங்கிட்டுமாய்த் தட்டுத்தடுமாறி முகம் குப்புற விழுந்துவிட்டான். ஒருவழியாக வந்த வழித்தடம் பிடித்து ஓட்டமாய் ஓடினான். ஆட்களை அழைத்துக்கொண்டு அவன் வருவதற்குள் செய்தி காட்டுத்தீயைப்போல் பரவி போலீசும் வந்து விட்டது.

இன்ஸ்பெக்டர் அரசு அந்த இடத்தைக் கவனமாகப் பார்த்துக் கொண்டிருந்தார்.

“சார்! இங்க பாருங்க. ஐந்தாறு சாராயப் பாக்கெட்டுகள் உடைக்காமல் கிடக்குது” என்று இன்ஸ்பெக்டர் அரசு கூறியதும், அருகில் வந்த தடயவியல் நிபுணர்கள் அவற்றைக் கவனமாய் சேகரித்தனர். தூரத்தில் கிடந்த சிகரெட் பாக்கெட்டின் பக்கத்தில் போன அரசு அங்கேயே எதையோ யோசித்தபடி நின்றுகொண்டிருந்தார். போலீசாரும் தடயவியல் நிபுணர்களும் சுற்றிச்சுற்றி வருகின்றனர். அங்குக் கிடைக்கும் ஆதாரங்களைக் கணக்காய்ச் சேகரிக்கின்றனர். கொஞ்ச நேரத்தில் பெருங்கூட்டம் கூடிவிட்டது. கூட்டத்திற்குள் குசுகுசுவென்று ஏதோ பேசிக்கொள்கின்றனர்.

கூட்டத்தை விலக்கிக்கொண்டு உள்ளே நுழைந்த டிஎஸ்பி கலைச்செல்வன் பிணத்தைப் பார்த்ததும் ஒரு கணம் கண்களை இறுக்கமாக மூடிக்கொண்டார்.

“யோவ் அரசு...

என்னைய்யா இன்ஸ்பெக்டர் நீ? இவ்வளவு கூட்டத்தைக் கூட்டி ஷோ காட்டிட்டு இருக்க. முதல்ல பிணத்தைத் துணியைப்போட்டு மூடுய்யா”.

“கூட்டம் கூடாதீங்க. போங்கப்பா! இங்க என்ன கண்காட்சியா காட்டுறாங்க? வேடிக்கை பார்த்துட்டு இருக்கீங்க. போங்கப்பா அந்தப் பக்கம். இன்வஸ்டிகேஷனுக்கு இடையூறு பண்ணாதீங்க. முதல்ல இடத்தைக் காலி பண்ணுங்க” என்றார் கோபத்தில்.

நிர்வாணக் கோலத்தில் நீண்ட நெடிய பெண் ஒருத்தி பிணமாய் மல்லாக்கக் கிடப்பது மிக அகோரமாய் இருந்தது. மரணம் எப்படி நடந்திருக்கும்? பார்வையைப் பிணத்தின் மீது ஓடவிட்டார். உடல் முழுவதும் கீறல்கள் இருந்தன.

“மரணத்தை ஏற்படுத்தும் அளவிற்கு கொடுங்காயம் எதுவும் வெளிப்படையாத் தெரியலங்க சார்!” என்றார் அரசு.

“அப்புறம் எப்படிய்யா செத்திருப்பா?”

டிஎஸ்பி நெற்றியைச் சுருக்கி எதையோ பலமாக யோசித்தார்.

“பிணத்தைச் சுற்றி வேறு ஏதாவது தடயம் கிடைக்குதான்னு கவனமாப் பாருய்யா!” என்று கூறிக்கொண்டே சுற்றிலும் நோட்டமிட்டார். தூரத்தில் ஒரு பெண்ணின் உள்ளாடையும், அதன்

அருகில் சேலை ஒன்றும் கிடந்தன. காற்றில் பறந்த அந்தச் சேலை முள்ளில் சிக்கிப் படபடத்தது.

"பச்சை நிறத்தில் பூ வேலைப்பாடுள்ள சேலை வாங்கிக் கட்டணும்னு எனக்கு ரொம்ப நாள் ஆசைங்க!" ஓசூர் கடைவீதியில் தன் புருஷனின் கைகளைப் பிடித்தபடி, பேசிக்கொண்டே நடந்துகொண்டிருந்தாள் சரோஜா.

"அடுத்த மாசம் சம்பளம் வந்ததும் உனக்குப் புடவை வாங்கித் தாரதுதான் என்னோட முதல் வேலை" என்று கூறிக்கொண்டே, "இந்தாம்மா! ரெண்டு முழம் பூ குடுங்க" என்று பூக்கடையில் நின்றுவிட்டான் மாதப்பன்.

"ம்ம்க்கும்... இப்படித்தான் ஒவ்வொரு மாசமும் சொல்லுறீங்க என்று முனங்கிக்கொண்டே வாங்கித் தந்த பூவைத் தலையில் சூடினாள்.

வறுமைக்கு வாழ்க்கைப்பட்டவளுக்கு பச்சை நிறப்பூ வேலைப்பாடுள்ள சேலை வாங்குவது கனவாகவே இருந்தது. சேலை வாங்கி கொடுக்காவிட்டாலும் சரோஜாவை அவள் புருஷன் சந்தோசமாகத்தான் கவனித்துக்கொண்டான். பகட்டான வாழ்க்கை வாழ முடியாவிட்டாலும் அவள் தன் இரண்டு பிள்ளைகளோடும் புருஷனோடும் நிம்மதியாய் காலத்தைக் கழித்தாள்.

அன்று புதன்கிழமை. இரவு உணவைத் தயார் செய்து கொண்டிருந்தாள் சரோஜா.

"அம்மா... ஏன்ம்மா இன்னும் அப்பா வரல?. எப்போம்மா வருவாங்க?" என்ற மூத்த மகளின் கேள்விக்கு என்ன பதில் சொல்லுவது என்று தெரியாமல் வாசலைப் பார்த்தாள். "முதலாளி அப்பாவ சூலகிரிக்கு போகச் சொல்லிருப்பாங்க பாப்பா. தங்கச்சியும் நீயும் சாப்பிடுங்க. அப்பா இன்னும் கொஞ்ச நேரத்தில் வந்திடுவாங்க".

"எப்போதும் ஆறு மணிக்குள் வீட்டிற்கு வந்துவிடுவார். இன்னிக்கு இன்னும் ஏன்வரல?" அவளுக்கு ஒரே குழப்பமாக இருந்தது. அடிக்கடி கடிகாரத்தையும் வாசலையும் பார்த்துக்கொண்டாள். பிள்ளைகள் விளையாடிக்கொண்டிருந்தனர். "சாப்பிட வாங்க" என்று மறுபடியும் பிள்ளைகளை அழைத்தாள்.

இருட்டுவதற்கு முன்பே குவாரியைவிட்டுக் கிளம்பும் மாதப்பன் மாலை ஆறு மணிக்குள் வீட்டுக்கு வந்திடுவான். இன்று மணி பத்து ஆகிறது, இன்னும் வரவில்லை. சரோஜாவின் மனம் எதையெதையோ கற்பனை செய்தது பயத்தின் அடர்த்தியை அதிகரிக்கச் செய்தது. திருமணமான இத்தனை ஆண்டுகளில் அவள் இரவில் தனித்து இருந்ததே இல்லை.நேரம் ஆக ஆக அவளுக்கு என்ன செய்வதென்றே தெரியவில்லை. பிள்ளைகளைப் பார்த்தாள். அவர்கள் தூங்கிக்கொண்டிருந்தனர். போர்வையை இழுத்துப் போர்த்திவிட்டபடி அவர்கள் பக்கத்தில் உட்கார்ந்திருந்தாள். ஏதோ சத்தம் கேட்க எழுந்து கதவின் அருகே சென்றாள்.கொஞ்ச நேரம் அமைதியாக அங்கேயே நின்றாள். ஓங்கி உதைத்தால் ஒரே உதையில் வீட்டின் கதவு கீழே விழுந்துவிடும். பலவீனமான அந்தக் கதவும் நைந்துபோன குடிசையும் சரோஜாவின் பயத்தை இன்னும் அதிகரித்தது.கதவை நல்லாப் பூட்டிவிட்டு மரச்சேர் ஒன்றினைக் கதவு பக்கத்தில் வைத்தாள். அதன் மீது கனமான மூட்டை ஒன்றைத் தூக்கி வைத்தாள். சரோஜாவின் வீடு ஓசூர் சென்னை நெடுஞ்சாலையின் அருகில் இருந்தது.

அவள் விடியலுக்காகக் காத்திருந்தாள். லேசான சூரிய வெளிச்சம் தெரிய ஆரம்பித்ததும் இரண்டு பிள்ளைகளையும் கூட்டிக்கொண்டு குடிசையில் இருந்து வெளியேறினாள். காட்டுப்பாதை வழியாகக் கல்குவாரியை நோக்கி நடக்க ஆரம்பித்தார்கள். கல்குவாரிக்குச் செல்ல இன்னும் 3 கிலோமீட்டர் தூரம்தான் இருக்கும்.அவர்கள் வேகமாய் நடந்து கொண்டிருந்தார்கள். பிள்ளைகளால் சரோஜாவின் நடைக்கு ஈடுகொடுத்து நடக்க முடியவில்லை. ஆள் அரவமற்ற அந்தக் காட்டுப்பகுதிக்குள் நடக்கும்போது சரோஜாவிற்குத் திகிலாக இருந்தது. பிள்ளைகளின் கைகளை இறுக்கமாகப் பிடித்துக்கொண்டாள். அம்மாவின் வேகத்திற்கு நடந்த சின்னப்பொண்ணு மது பாதையில் படர்ந்து கிடந்த செடியைக் கவனிக்கவில்லை. வேரில் கால்கள் சிக்கிக் குப்புற விழுந்துவிட்டாள். வாய், மூக்கெல்லாம் ஒரே மண்ணு. நல்ல வேளை லேசான சிராய்ப்போடு தப்பித்தாள். அழுதுகொண்டிருந்த மதுவை இடுப்பில் தூக்கிக்கொண்டு மூச்சு வாங்க நடந்தாள்.

தூரத்தில் யாரோ ஒருவர் விழுந்து கிடப்பதுபோலத் தெரிந்ததும், சரோஜா மதுவை இடுப்பிலிருந்து இறக்கி விட்டுவிட்டு ஓட்டமாய் ஓடினாள். பிள்ளைகள் அம்மாவின் பின்னாடி அழுதுகொண்டே

ஓடினர். குப்புற விழுந்து கிடந்தவனை அருகில் பார்த்ததும் அது மாதப்பன்தான் என்பது உறுதியாகி விட்டது. இருந்தாலும் ஒரு சந்தேகத்தில் விழுந்து கிடந்தவனை வேகமாய் திருப்பினாள். வாயில் நுரை தள்ளியபடி பிணமாய்க் கிடந்தான் மாதப்பன். 'அய்யோ'... என்று அலறிய சத்தத்தில் காட்டின் அத்தனை பறவைகளும் மொத்தமாய் பறந்து வெளியேறின.

இரண்டு பிள்ளைகளும் அப்பா இறந்தது தெரியாமல், "அப்பா எந்திரிப்பா...அப்பா எந்திரிப்பா ... ஏன்ப்பா இங்க வந்து படுத்துக் கிடக்குற... வாப்பா வீட்டிற்கு" என்று அழுதனர். என்ன செய்வதென்றே தெரியாத சரோஜா குழந்தைகளை அணைத்துக்கொண்டு கதறினாள்.

எவ்வளவு அழுதாலும் மனதில் நிரம்பியிருந்த வேதனை வடிந்த பாடில்லை. கல்குவாரியில் வேலை பார்த்த மாதப்பன் பாம்பு கடித்து இறந்த பிறகு பிள்ளைகளுக்குச் சோறு போடுவதற்காக வேறு வழி இன்றி சரோஜா கல்குவாரி வேலைக்குப் போக ஆரம்பித்தாள். கல்குவாரி தூசி அவளுக்கு அலர்ஜியை உண்டாக்கியது. தினமும் இரவில் மூச்சுத்திணறல் ஏற்பட்டு தூங்க முடியாமல் அவதிப்பட்டாள். நரம்பு ஊசி போட்டுக்கொண்டால் தான் கொஞ்ச நேரமாவது தூங்க முடியும் என்ற நிலை ஏற்பட்டது.'குவாரிக்கு போனாத்தானே நோய்; வேறு ஏதாவது வேலைக்குப் போகலாம்' என முடிவு செய்து கல்குவாரிக்குப் போவதையே நிறுத்திவிட்டாள். எத்தனை நாள்கள் வருமானம் இல்லாமல் வீட்டைச் சமாளிக்கமுடியும்?.

"இந்தாம்மா சரோஜா! வாடகை கொடுக்காம எத்தன மாசமா ஏமாத்துவ? புருசனப் பறிகொடுத்தவள்னு நானும் எத்தன நாள் தான் பொறுத்துப் பொறுத்து போறது?"

"அண்ணே! கோவிச்சுகாதீங்க. இவ்ளோ நாள் இந்த ஏழைக்காக மனசு இறங்கின நீங்க இன்னும் கொஞ்ச நாள் பொறுத்துக்கங்க சீக்கிரத்தில் உங்க வாடகை. பாக்கியைத் தந்துடுவேன்" என்று காலில் விழாத குறையாக கெஞ்சினாள்.

"மரியாதையா இந்த வாரத்துல பணத்தைக் கொடு. இல்லன்னா ஒழுக்கமா வீட்டைக் காலி பண்ணு. அப்படி நீயாப் போகல, சட்டி பொட்டி எல்லாம் தூக்கி எறிஞ்சிடுவேன் ஜாக்கிரதை". ரோட்டில் போறவங்க, வாரவங்க வேடிக்கை பார்க்க சரோஜாவும் இரண்டு பிள்ளைகளும் பரிதாபமாக நின்று கொண்டிருந்தனர்.

'என்ன செய்யலாம்?' என்று யோசித்து ஒரு முடிவுக்கு வந்தாள். துணி மணிகளை மூட்டை கட்டினாள். சமையல் பாத்திரங்களை ஒரு பெரிய அரிசிப் பையில் போட்டு இறுக்கிக் கட்டினாள்.

ஓசூரில் தங்கியிருந்த வீட்டைக் காலி செய்துவிட்டு ஊத்தங்கரைக்கு அருகில் உள்ள கொழிஞ்சிப்பட்டிக்கு வந்து சேர்ந்தாள். தன் தாய் வழிச் சொந்தத்தில் தொக்கி நின்றிருந்த சித்தி ஒருத்தி அந்த ஊரில் இருந்தாள். கொழிஞ்சிப்பட்டிக்கு வந்த பிறகுதான் தெரிகிறது? சித்தி இறந்து சில வருடங்களாகிவிட்டன என்று.

“பொட்டப்பிள்ளைகள வச்சுகிட்டு நீ தனியா எப்படிம்மா பொழைக்க போற...” என்று அந்த ஊரின் பெண்கள் ஆதங்கப்பட்டனர்.

“நீ விருப்பப்பட்டா காலியா இருக்குற என் வீட்டுல தங்கிக்கோம்மா! பார்க்க என் மக மாதிரி இருக்க. எங்க ஊர நம்பி ரெண்டு பொட்டப்புள்ளைகள கூட்டிட்டு வந்ததிருக்குற உன்ன இங்கிருந்து போகச்சொல்ல மனசு வரலம்மா!” என்றார் ஊர்த் தலைவர்.

“அப்படிச் சொன்னா நாங்க மனுசங்களே கிடையாதும்மா” என்றார் தலைவரின் மனைவி.

கொழிஞ்சிப்பட்டியில் இருந்த ஊர்த் தலைவரின் காலியான வீட்டில் தன் இரண்டு பெண் பிள்ளைகளுடன் குடியேறினாள். அக்கம்பக்கத்துப் பெண்கள் ஆதரவாக இருந்தனர். மாந்தோப்புக் குத்தகைக்காரனிடம் பேசி சரோஜாவை வேலையில் சேர்த்துவிட்டனர்.

பழகாத மனிதர்களையும் புதிய சூழலையும் சந்திக்க அவள் ஆரம்பத்தில் தடுமாறத்தான் செய்தாள். பிள்ளைகளைக் காப்பாற்ற வேண்டுமே. ஏதாவது ஒரு வேலை செய்தால்தான் அடுத்த வேளை சோறு கிடைக்கும் என்ற நிலை ஏற்பட்டதால் அக்கம்பக்கத்துப் பெண்களோடு சேர்ந்து மாந்தோப்பிற்கு வேலைக்குப் போகத்தொடங்கினாள்.

ஊர்க் கதைகளைப் பேசிக்கொண்டே பெண்கள் மாந்தோப்பிற்குள் நடந்தனர். மாங்காய்கள் கொத்துக் கொத்தாய்க் காய்த்துத் தொங்கின. அவற்றின் வாசம் காற்றில் பரவி நாசியைத் துளைத்தது.

எங்கு பார்த்தாலும் பறித்த மாங்காய்கள் மலைபோல் குவிந்து கிடந்தன.

"இதோ பாரு சரோஜா! இங்க கிடக்குற மாங்காய்களைக் கூடையில் அள்ளி லாரிக்குக் கொண்டு போய் கொடுக்கணும். லாரி மேல நிக்குறான் பாரு, அவன்தான் நம்மகிட்ட இருந்து கூடையை வாங்கி லாரியில அடுக்கி வைப்பான்" என்று அவர்கள் செய்யும் வேலையை விளக்கிச் சொன்னாள் சுந்தரம்மாள்.

கிடைத்த வேலையைத் தக்கவைத்துக்கொள்ள வேண்டும் என்று மனதில் நினைத்துக்கொண்டாள் சரோஜா.

மாங்காய் கூடையைத் தூக்குவதற்காகப் பெண்கள் வரிசையில்நின்றனர். மாங்காய் குவியலுக்குப் பக்கத்தில் நின்றிருந்தவனைப் பார்த்து அவர்களுக்குள் குசுகுசுவென்று பேசிக்கொண்டனர்.

"அடியே! சரோஜா! மாங்காய்க் கூடையை ஏற்றிவிடும் இடத்துல நிக்கானே அவன் பேரு கோவிந்தன். அவன் தான் கூடையைத் தூக்கிக் கொடுப்பான். கூடையத் தலையில வாங்கும் போது கவனமா வாங்கணும். கொஞ்சம் கவனம் தப்பினாலும் அவன் கை நம்ம மேல உரசும். அந்தக் கோவிந்தன் சரியான பொம்பளப் பொறுக்கி. பார்த்து நடந்துக்க" என்றாள் பாக்கியம்.

"பயமா இருக்குக்கா!"

"பயப்படாத சரோஜா! உனக்காவது நான் சொல்லுறேன். நான் வந்தப்ப எனக்கு ஒருத்தியும் சொல்லல தெரியுமா? வேலைக்குச் சேர்ந்த முதல் நாளே அந்தப் பொறுக்கிப்பயகிட்ட நான் மாட்டி கேவலப்பட்டுட்டேன். இந்தா பாரு பிள்ள! அந்த அனுபவத்துல சொல்லுறேன் கேட்டுக்கோ".

"அப்படி நம்மள மீறி அவன் என்னக்கா செஞ்சுடுவான்?"

"நல்லாக் கேட்ட போ..."

"அன்னிக்குக் கூடை நிறைய மாங்காவோட நான் நடக்க மாட்டாம நடந்து போயிட்டு இருந்தேன். வேலைக்கு வந்த முதல் நாளுங்குறதால எனக்கு எந்த வெவரமும் தெரியல. அந்த நாசமாப் போற கோவிந்தன் எதுத்தாப்புல வந்தான். எனக்கு அந்த நாய்ப்பய குணம் தெரியாதுங்கறதால நான் பாட்டுக்குத் தட்டுத் தடுமாறி என் போக்குல அவனக் கவனிக்காம மாங்காக் கூடைய லாரிக்குத்

தூக்கிக்கிட்டு போயிட்டு இருந்தேன். எதிருல வந்த பய, கொஞ்சம் ஒதுங்கி நின்னான். நாம போறதுக்குதான் வழி விடுறான்னு நான் அவனைக் கடந்து போனேன்.

சட்டுன்னு திரும்பி என்னோட பட்டக்ஸ கை நிறையப் பிடித்து ஒரு அழுத்து அழுத்திவிட்டு அவன் பாட்டுக்க நடந்து போயிட்டான். நான் பயந்து நிலை தடுமாறி தலைகுப்புற விழுந்துட்டேன். கூடையில இருந்த மாங்காய் எல்லாம் தரையில் சிதறிப் போச்சு. விழுந்த வேகத்தில் நிறைய மாங்காய் இரண்டு இரண்டாகப் பிளந்துகிச்சு. அதைப் பார்த்த குத்தகைக்காரனுக்கு வந்ததே ஆத்திரம். ஒரே பாய்ச்சலா பாய்ஞ்சு வந்து அங்கே கிடந்த மாங்குச்சியால் என்னயக் குண்டியில நாலுபோடு போட்டான்”.

"குண்டிக் கொழுப்பு கூடிப் போனா இப்படித்தான்டீ! ஆட்டு ஆட்டுன்னு ஆட்டிக்கிட்டு நடந்து அடுத்தவன் முதலீட்டத் தரையில கொட்டுவீங்க. சிறுக்கி மவளே! சேதமான மாங்காய்க்கு நஷ்ட ஈடா இன்னிக்கு உன் சம்பளம் கட்" என்று அவன் பேசிய பேச்சைக்கேட்டு அவமானத்தில் கூனிக் குறுகிப் போனேன். இரண்டு நாளா என்னால தரையில உக்கார முடியல தெரியுமா. அன்னிக்கு நடந்த கேவலத்தைச் சாவுறவரைக்கும் மறக்க மாட்டேன்”னு பாக்கியம் சொல்லி முடித்தபோது சரோஜாவிற்கு மனசு முழுவதும் பயம் அப்பிக்கொண்டது.

“அவனக் கண்டிக்க இங்க யாரும் இல்லையா? குத்தகைக் காரரிடம் சொன்னா அவரு கண்டிக்க மாட்டாரா அக்கா?”.

“கோவிந்தனைக் கேட்கவோ, கண்டிக்கவோ இங்க யாரும் கிடையாது. கூடையைத் தலையில் ஏற்றும்போது அவனின் கைகள் நம்மள உரசும். நம்ம பிள்ளைக அவன என்னடா பொறுக்கிப் பயலேன்னு ஒரு வார்த்தை கேட்க முடியாது. சும்மா முறைச்சு கிட்டும் திட்டிகிட்டும் அவனைக் கடந்து போக வேண்டியதுதான். எல்லாம் நம்ம விதி, என்ன செய்யுறது...”

“பொம்பளைங்க சேர்ந்து நாலு போடு போட்டா திருந்த மாட்டானாக்கா?”

“நாம அடிச்சா அந்தக் கேடு கெட்டவன் திருந்திடுவானா... போடி கிறுக்கச்சி... பிரச்சனை பண்ணினது நாமதான்னு அப்படியே நம்ம மேல பழியைத் திருப்பிடுவான். அவனைப் பகைச்சுகிட்டா அவ்வளவுதான். குத்தகைக்காரனிடம் ஒண்ணுக்கு ரெண்டாய்

போட்டுக் கொடுத்து நம்ம வேலைக்கே உலை வச்சுடுவான்" என்று கூறினாள் ஆண்டாள்.

"அப்போ அவன் எங்க கை வச்சாலும் நாம அதைக் கேட்கக்கூடாதா?"

"கேட்டு.....என்ன மாறிடும்னு நினைக்க? நமக்கும் வேற கதி இல்லை. இந்த வேலைய விட்டா பக்கத்து ஊரில் உள்ள ஜூஸ் பாக்டரிக்குத்தான் வேலைக்குப் போகணும். போற வார செலவு, அலைச்சல், நேரம் இதையெல்லாம் கணக்குப் போட்டுப் பார்த்தா இந்த மாந்தோப்பு வேலை எவ்வளவோ மேல். எல்லா இடத்திலும் கோவிந்தன் மாதிரி பொறுக்கிப்பயலுக இருக்கத்தான் செய்றானுக. இவனுகளுக்குப் பயந்தா வீட்டை விட்டே வெளியே வர முடியாது. போ...போய் வேலையைப் பாரு குத்தகைக்காரன் பார்த்துகிட்டே போறான்" என்று சொல்லிக்கொண்டே வரிசையில் நின்று கொண்டு கோவிந்தனைப் பார்த்தனர்.

கோவிந்தன் சரோஜாவை வச்ச கண்ணு வாங்காமல் பார்த்தான்.

"யாரு இவ? புதுசா பிரஸ்ஷா இருக்கா" என்று நினைத்துக் கொண்டிருக்கும்போதே..

சரோஜா அருகில் வந்து விட்டாள். தூரத்தில் பார்த்ததைவிட அருகில் அழகாய் இருந்தாள். கூடையைத் தலையில் வைத்தவன் அருகில் நின்றவர்களிடம் "யார் இவ?" என்றான்.

"பேரு சரோஜா! புருஷங்காரன் பாம்பு கடிச்சு செத்துப் போயிட்டான், பொழப்புத் தேடி ஓசூரில் இருந்து நம்ம கிராமத்துக்கு வந்திருக்கா. பாவம் விதவை. இரண்டு பெண்பிள்ளைகள வச்சிகிட்டு கஷ்டப்படுறா. நாங்கதான் குத்தகைக்காரரிடம் பேசி வேலைக்குக் கூட்டிட்டு வந்தோம்" என்றார்கள் அங்கிருந்த ஆண்கள்.

"விதவையா! பார்த்தால் அப்படித் தெரியவில்லையே. உடம்புல எந்த வாட்டமும் இல்லை. பார்க்க சும்மா கும்முன்னுதானே இருக்கா" என்று நினைத்துக்கொண்டே அவளை நோட்டம் விட்டான் கோவிந்தன். அவனின் கண்கள் சரோஜாவை மேயத் தொடங்கின.

வேலையை முடித்து கூலியைப் பெற்றுக்கொண்டு மற்ற பெண்களோடு சேர்ந்து வீடு வந்து சேர்ந்தாள் சரோஜா. இப்படியே

நாள்கள் சென்றன. மாங்காய் பறிப்பு குறைந்துவிட்டதால் நிறையப் பெண்கள் பக்கத்து ஊரில் இருக்கும் ஜூஸ் பாக்டரிக்கு வேலைக்குச் சென்றனர்.

சரோஜாவும் இன்னும் கொஞ்சப் பெண்களும் மாந்தோப்பிற்கு வேலைக்கு வந்தனர். கோவிந்தன் கூடையைத் தூக்கிவிடும் இடத்தில் நின்றிருந்தான். பெரிய அளவில் கூட்டம் இல்லை. நான்கு பெண்கள் கூடையைத் தூக்கிக்கொண்டு அங்கும் இங்கும் அழைந்தனர். கோவிந்தனின் கையும் கண்ணும் பரபரத்தது. சரோஜா அருகில் வந்தாள். கோவிந்தனை நிமிர்ந்து பார்க்கத் துணிவற்றவளாய்த் தலையைக் கவிழ்ந்து கூடையை வாங்கினாள். தலையில் கூடையை ஏற்றிவிட்ட அடுத்த நொடியில் அவனின் இரண்டு கைகளும் சரோஜாவின் மார்பினை வருடிக் கொண்டிருந்தன. நிலைகுலைந்து போன சரோஜா ஓவென்று அலறியபடி கூடையைத் தரையில் போட்டுவிட்டு அப்படியே குறுகி உட்கார்ந்துவிட்டாள்.

பெண்கள் ஓடி வந்தனர். தேம்பித்தேம்பி அழுதுகொண்டிருந்த சரோஜாவினால் எதையும் சொல்ல முடியவில்லை. அவளின் அழுகையைப் பார்த்த பெண்கள் ஒருவாறு யூகித்துக்கொண்டனர். சமாதானம் கூறினர்.

"இந்தாம்மா... வேலநேரத்துல அங்க என்ன கூட்டம்?. வெட்டியாப் பொழுதைக் கழிச்சுகிட்டு... போயிவேலையப் பாருங்கம்மா".

கூடியிருந்த பெண்களைக் குத்தகைக்காரன் விரட்ட அனைவரும் கலைந்து அவரவர் வேலையைச் செய்யத் தொடங்கினர். சரோஜாவின் உடல் நடுங்கிக்கொண்டே இருந்தது. வீட்டிற்கு வந்தபிறகும், அவள் பகலில் நடந்த அவமானத்தை நினைத்து அழுதுகொண்டே இருந்தாள். அம்மா அழுவதைப் பார்த்த இரண்டு பிள்ளைகளும் அழத் தொடங்கினார்கள். பிள்ளைகளுக்குச் சமாதானம் சொல்லி சாப்பிட வைத்து, தூங்கவைத்துவிட்டு அவள் இரவெல்லாம் விழித்திருந்தாள். மறுநாள் வேலைக்குக் கிளம்பும்போது சரோஜாவுக்கு மனதும் உடலும் பதறத்தொடங்கியது. பெண்களோடு சேர்ந்து மாந்தோப்பிற்குச் சென்றாள்.

நல்லவேளை! கோவிந்தன் அன்று வரவில்லை. பெருமூச்சுவிட்டு நிம்மதியானாள். வேலை மடமடவென ஓடியது; மாலை வந்தது.

கூலியைப் பெற்றுக்கொண்டு அனைவரும் கிளம்பினர். சரோஜா பக்கத்து ஊருக்கு அரிசி, பருப்பு வாங்கிவரச் சென்றாள். இரண்டு கிலோமீட்டர் தூரம்தான் என்பதால் நடந்தே சென்றுவிட்டாள். அரிசி, பருப்பு, காய்கறிகளை வாங்கிக்கொண்டு திரும்பும்போது இருட்டத் தொடங்கியது. தலையில் சுமையை வைத்துக்கொண்டு வேகவேகமாகக் குறுக்குவழியில் புகுந்து வயக்காட்டுக்கு நடுவே நடந்து வந்தாள்.

ஊருக்குப் பக்கத்தில் தென்னந்தோப்பும் அதன் அருகில் வாய்க்காலும் இருந்தன. வரப்பில் கவனமாய் நடந்து வந்து கொண்டிருந்த சரோஜாவின் கையை யாரோ பிடித்து வாய்க்காலுக்குள் இழுத்தது போல் இருந்தது. தலைச்சுமையுடன் வாய்க்காலுக்குள் விழுந்தவளை இறுக்க அணைத்துக்கொண்டன இரண்டு கைகள்.

“காப்பாற்றுங்கள்” என்று அலறிய சரோஜாவின் குரல் காக்கை குருவி தவிர்த்து வேறு யாருக்கும் கேட்கவில்லை. சரோஜாவின் போராட்டம் அடங்கிப்போனது. தலைவிரி கோலமாக அழுது கொண்டிருந்த சரோஜாவின் அருகில் கோவிந்தன் அமர்திருந்தான். “அழாதே என்னை நம்பு. உன்னை நான் கல்யாணம் செய்து கொள்கிறேன்” என்று சத்தியம் செய்தான்.

அவள் அழுதுகொண்டே வீடு வந்து சேர்ந்தாள். இரண்டு நாட்கள் வேலைக்குப் போகவில்லை. மூன்றாம் நாளிலிருந்து ஜூஸ் ஃபேக்டரிக்குப் போக ஆரம்பித்தாள். ஜூஸ் ஃபேக்டரிக்கு முன்பாகக் கோவிந்தன் நின்றிருந்தான். “சரோஜா... நில்லு. நான் சொல்றதைக் கேட்டுட்டுப்போ...”

அவள் எதையும் காதில் வாங்காமல் வேகமாகச் சென்று விட்டாள்.

வேலை முடிந்து வீட்டிற்குப் போகும்போது கொழிஞ்சிப்பட்டி பேருந்து நிலையத்தில் நின்றிருந்தான்.

“இங்க பாரு சரோஜா, !நீ இல்லாம என்னால வாழவே முடியாது. உன் மேல சத்தியமா நான் இனி எந்தப் பெண்ணையும் திரும்பிக்கூடப் பார்க்கமாட்டேன்”.

அவள் அவனை நிமிர்ந்து கூடப் பார்க்கவில்லை.

சரோஜா போகுமிடமெல்லாம் அவளின் பின்னாடியே வந்தான். அவனின் கண்ணில் படாமல் தப்பிப்பதற்குச் சரோஜா ஓடி

ஒளிந்தாள். பத்து நாட்கள்வரை பேக்டரியில் எல்லாம் சுமுகமாகத்தான் போனது.

அன்று கூலிப் பட்டுவாடா செய்யும் நாள். சூப்பர்வைசர் கூலிப் பட்டுவாடா செய்து கொண்டிருந்தான்.பெண்கள் வரிசையில் நின்று கூலியைப் பெற்றுச் சென்றனர். சரோஜா கூலியை வாங்க அருகில் வந்தாள். சூப்பர்வைசர் கூலி கொடுக்கும்போது சரோஜாவின் கையைப் பிடித்துத் தடவத் தொடங்கினான். அவனின் பிடியில் இருந்து தன்னை விடுவிக்க அவள் போராடினாள். மற்ற பெண்களும் அங்குக் கூடிவிட சரோஜா அவனிடமிருந்து அன்று தப்பினாள்.

சரோஜாவுக்கு யாரிடமாவது சொல்லி அழவேண்டும்போல இருந்தது. 'ஏன்டா தேவிடியாப் பசங்களா! விதவைன்னா ஊர்ல உள்ள எல்லாப் பயலுக்கும் பொண்டாட்டின்னு நெனச்சீங்களா' என்று கேட்க நாக்கு துடியாய்த் துடித்தது. சண்டை போடத் துணிவின்றித் தன் ஆதங்கம் அத்தனையையும் அவள் கண்ணீரில் கரைத்தாள்.

கோவிந்தன் சரோஜாவை விடாமல் துரத்தினான். எங்க போனாலும் எதிரில் வந்து நின்றான். சரோஜாவுக்குக் கோவிந்தன் மீது கரிசனம் பிறந்தது. அதை எல்லாம்விட 'இந்த உலகத்தில் இருக்கும் பொறுக்கிப்பசங்க தன்னைப் போன்ற விதவைப் பொண்ணுங்களை ஒழுக்கமா வாழவிட மாட்டானுங்க' என்ற எண்ணம் ஆழமாய் வேரூன்றி அச்சத்தைத் தந்தது. 'விதவைங்கறதனால தானே கண்ட பயலுக கை வைக்கிறானுங்க. நாம ஏன் இந்தக் கோவிந்தனைக் கல்யாணம் பண்ணிக்கக் கூடாது. தனக்காக இல்லன்னாலும் தன் பிள்ளைகளின் எதிர்காலத்திற்காகவாவது, தான் இன்னொரு கல்யாணம் செய்து கொள்ளத்தான் வேண்டும்' என்று முடிவு செய்து கோவிந்தனை நிமிர்ந்து பார்த்த அடுத்த நொடியில் அவள் கைகளை இறுகப் பிடித்துக்கொண்டான் கோவிந்தன்.

இப்படியாக சரோஜா அவனின் பிடியில் சிக்கிக்கொண்டாள். கோவிந்தனோடு சரோஜா வாழத்துவங்கினாள். தினமும் சாராயத்தோடு வீட்டிற்குவரும் கோவிந்தன் கூடவே மீன், கோழி என்று எதையாவது வாங்கி வருவான். எத்தனை மணி ஆனாலும் அதை அவனுக்கு ருசியாய் சமைத்துக் கொடுக்கவேண்டும்.

குடித்துவிட்டு வந்து வரையறை இல்லாமல் கோவிந்தன் தன்னிடம் நடந்துகொள்வதைத் தன் பெண்பிள்ளைகள் பார்த்துவிடாமல் இருக்க அவள் பெரும்பாடு பட்டாள்.

இரவு ஒன்பது மணி இருக்கும். நல்ல குடிபோதையில் தட்டுத் தடுமாறி வீடு வந்து சேர்ந்தான். வாங்கி வந்த கோழிக்கறியைச் சரோஜாவிடம் கொடுத்து சமைக்கச் சொன்னான். சரோஜா கொல்லைப்புறத்தில் சமைத்துக்கொண்டிருந்தாள். திடீரென்று தன் மூத்த மகளின் அலறல் சத்தம் கேட்டதால் பதறிப்போய் உள்ளே எட்டிப் பார்த்தாள். கோவிந்தன் சரோஜாவின் மூத்த மகளின் அருகில் படுத்திருந்தான். “அட சண்டாளப் பாவி! குடியக் கெடுத்துட்டானே?” என்று சரோஜா தலையில அடித்துக்கொண்டு ஓடி வந்தாள். அழுதுகொண்டே இரு பெண் பிள்ளைகளையும் அழைத்து உள்ளறையில் படுக்கவைத்தாள். எந்தப் பிள்ளைகளுக்காகக் கோவிந்தனைத் திருமணம் செய்துகொண்டாளோ அந்தப் பிள்ளைகளுக்குக் கோவிந்தன் மூலமாகவே ஆபத்து வந்துவிடுமோ என்ற கவலை சரோஜாவின் மனதை அரிக்கத் தொடங்கியது.

அழுதுகொண்டிருந்த சரோஜாவை இழுத்து அணைத்து அவளின் உதட்டைக் கவ்வினான் கோவிந்தன். வாழ்க்கை பெரும் சூனியத்தில் மாட்டிக்கொண்டதுபோல் உணர்ந்தாள் சரோஜா. அடுத்த நாளே வீட்டில் இருந்த அத்தனை பொருட்களையும் விற்று இரண்டு பெண்பிள்ளைகளையும் ஊத்தங்கரையில் இருந்த தனியார் உண்டுஉறைவிடப் பள்ளியில் சேர்த்தாள்.

கோவிந்தன் ஒவ்வொரு வேலையாக மாறி மாறிச் செய்து கடைசியில் கள்ளச்சாராய வியாபாரியாக மாறிப்போனான்

சாராய வியாபாரியான கோவிந்தனிடம் கணக்கில் அடங்காப் பணம் சேர்ந்தது. அவன் அவளுக்கு அள்ளிக்கொடுக்க ஆரம்பித்தான். இரண்டு பிள்ளைகளும் கோவிந்தன் கொடுத்த பணத்தில் நன்றாகப் படித்துக்கொண்டிருந்தனர்.

கோவிந்தனின் துணை கிடைத்தபிறகு சரோஜா தாலி போட்டுக் கொண்டாள். பூவும் பொட்டும் வைத்து முன்பைவிடக் கூடுதல் அழகோடு ஊரில் வலம் வந்தாள். அவள் அடியோடு மாறிப் போனாள். தன் பிள்ளைகளைப் பெரிய படிப்பு படிக்க வைக்க, அவள் எதையும் செய்யத் துணிந்தாள். கோவிந்தனிடம் மிக அனுசரணையாய் நடந்துகொள்ள ஆரம்பித்தாள். அவள் விதவிதமாய்ச் சேலை கட்டினாள். தலைநிறையப் பூ வைத்தாள்.

பச்சை நிறப்பூ வேலைப்பாடுள்ள சேலைகளைப் பல ஆயிரங்கள் கொடுத்து வாங்கினாள்.

கோவிந்தன் கொழிஞ்சிப்பட்டிக்கு வருவதைத் திடீரென நிறுத்திவிட்டான். சரோஜாவுக்கு என்ன செய்வதென்றே தெரியவில்லை. யாரைக் கேட்பது என்றே புரியவில்லை. ஊத்தங்கரைக்குப் பஸ் ஏறிச்சென்று தேடினாள். எங்கு தேடியும் அவன் கிடைக்கவில்லை. மூன்று மாதங்கள் கழித்துத் திடீரென்று ஒரு நாள் கொழிஞ்சிப்பட்டிக்கு வந்தான்.

சரோஜாவிற்கு அழுகையும் ஆத்திரமுமாக வந்தது. "இவ்வளவு நாள் சொல்லாமல் கொள்ளாமல் எங்கே போன?"

"நான் உன்னை எங்கு எல்லாம் தேடி அலைந்தேன் தெரியுமா?"

"வேலை விஷயமா பெங்களூர் வரைக்கும் போயிருந்தேன் சரசு" என்று கூறிக்கொண்டே அவளின் இடைக்குள் கையைவிட்டு இழுத்து அணைக்க முற்பட்டான்.

அவன் பிடியிலிருந்து வேகமாய்த் தன்னை விடுவித்துக் கொண்டாள் சரோஜா.

"ஆமா, நீ பெரிய கலெக்டர் வேலை பாக்குற... வேலை விஷயமாப் போறதுக்கு. உண்மையச் சொல்லு. எவளக் கூட்டிக்கிட்டு பெங்களூரு போன..."

"எவளையும் நான் கூட்டிட்டுப் போல... என்னையத்தான் மாமியார் வீட்டுக்குக் கூட்டிட்டுப் போய் மூணு மாசம் வச்சிசெஞ்சாங்க".

"என்னய்யா சொல்ற?"

"ஆமாம்டீ சாராயக் கேஸ்ல பிடிச்சிட்டுப் போய், மூணு மாசம் உள்ள வச்சுட்டாங்க".

சரோஜாவுக்கு அப்போதுதான் நிம்மதியே வந்தது. கோவிந்தன் எங்கு தன்னை விட்டுவிட்டு இன்னொரு பெண்ணோடு சென்று விடுவானோ என்ற பயம் அவளுக்கு எப்போதுமே இருந்தது.

"இனிமேல் இந்த ஊருல என்னால இருக்க முடியாது. நானும் ஊத்தங்கரைக்கு வரேன். ஒரு சின்ன வீடு பார்த்து அங்கயே குடி இருக்கலாம்" தொடர்ந்து நச்சரித்தாள் சரோஜா.

அவனுக்கும் கொழிஞ்சிபட்டி வருவதற்குக் கஷ்டமாக இருந்தது. இருவரும் ஊத்தங்கரையில் குடியேறினர்.

சாராயத்தைப் பெரிய பெரிய கேன்களில் இரவில் வீட்டிற்கு கொண்டு வந்தான்.

"என்னய்யா! வீட்டுக்கு இதையெல்லாம் கொண்டுவார?!".

"நாளைக்கு நடக்குற மாட்டுச்சந்தைல விக்கத்தான். சும்மா கேள்வி கேட்காம வா, வந்து பாக்கெட் போடுற வேலையப் பாரு" என்று அவன் அவளுக்கு பாக்கெட் போடுவதற்குக் கற்றுக் கொடுத்தான்.

இருவரும் சிறிய பிளாஸ்டிக் தண்ணீர் கவரில் சாராயத்தை அடைத்து பாக்கெட் போட்டனர். தண்ணீர் பாக்கெட்போல மூட்டை கட்டினான்.

"நான் கிளம்புறேன். சரக்கு தேவைப்பட்டால் போன் செய்றேன். ஒரு சின்னகட்டைப் பையில வச்சு எடுத்துட்டு வா" என்று வியாபாரத்திற்குக் கிளம்பிவிட்டான்.

ஒவ்வொரு வியாழக்கிழமையும் நடக்கும் மாட்டுச்சந்தையில் சாராய விற்பனை ஜோராக நடந்தது. ஊத்தங்கரை மாட்டுச்சந்தைக்குத் தமிழகத்தின் பல்வேறு மாவட்டங்களிலிருந்து மாட்டுவியாபாரிகள் வருவார்கள். கோடிக்கணக்கான வியாபாரப் பரிவர்த்தனை, அந்த வாரச் சந்தையில் நடக்கும்.

டாஸ்மாக் கடையை அரசே ஏற்று நடத்திய அந்தக் காலக்கட்டத்திலும் ஊத்தங்கரைப் பகுதியில் கள்ளச்சாராய விற்பனை போலீஸ் பார்வையில் பட்டும் படாமலும் நடந்துகொண்டிருந்தது.

அன்று வியாழக்கிழமை. அதிகாலையில் கிளம்பி வியாபாரத்திற்கு சென்றுவிட்டான் கோவிந்தன். போனவன் அடுத்தநாள் வரை வீடு திரும்பவில்லை. சரோஜா அவன் கூட்டாளி ராஜேந்திரனுக்குப் போன்செய்தாள்.

"அண்ணே... வியாபாரத்துக்காக போனவர் இன்னும் வீடு திரும்பல. எனக்குப் பயமாக இருக்கு."

"சரிம்மா. நீ கவலைப்படாதே! நான் நம்ம பசங்கள விட்டு தேடச் சொல்லுறேன்" என்று கூறிய ராஜேந்திரன் எல்லா

இடங்களிலும் ஆள்விட்டுத் தேடிப் பார்த்தான். கோவிந்தன் போலீசில் மாட்டிக்கொண்டான் என்ற செய்தி இரண்டு நாட்கள் கழித்த பிறகுதான் அவனுக்குத் தெரியவந்தது. சரோஜாவுக்குத் தகவல் தெரிந்ததும் வக்கீலைப் பார்த்து கோவிந்தனை வெளியே கொண்டுவர பெருமுயற்சி செய்தாள். சாராய வழக்கு என்பதால் கோவிந்தனுக்கு மூன்று மாதம்வரை பெயில் கிடைக்கவில்லை.

சரோஜாவின் கைபேசி சிணுங்கியது. அவள் அதை எடுத்து "ஹலோ!" என்றாள்.

"வணக்கம்! நாங்க வித்யாமந்திர்ல இருந்து பேசுறோம், சரோஜா இருக்காங்களா?"

"நான் சரோஜாதான் பேசுறேன்".

"ஏம்மா! பீஸ் கட்ட வசதி இல்லன்னா எதாவது அரசாங்கப் பள்ளிக்கூடத்துல சேர்க்க வேண்டியதுதானே? ஏனம்மா! எங்க ஸ்கூல சேக்குறீங்க?"

"இன்னிக்குப் பணம் கட்டிடுவேன் மேடம்".

"பணத்தைக் கட்டுங்க இல்ல பிள்ளைகள வந்து கூட்டிட்டுப் போங்க". சரோஜா பதில் சொல்லுவதற்குள் போன் துண்டிக்கப்பட்டது.

அந்த வருடத்திற்கான பள்ளிக்கூட பீஸ் கட்டவேண்டும். பிள்ளைகள் படிக்கும் பள்ளிக்கூடத்தில் இருந்து தொடர்ந்து இதுவரை நான்கு முறை போன்செய்து விட்டனர். சரோஜாவிடம் இருந்த கையிருப்பு காலியாகிவிட்டதால் அவளால் விடுதிக்கான மாதாந்திரப் பணத்தைக்கூடக் கட்ட முடியவில்லை. பணம் ஏற்பாடு செய்வதற்கு எவ்வளவோ முயற்சி செய்தாள். அவளுக்குப் பழக்கமான அத்தனை பேரிடமும் கேட்டுப் பார்த்து விட்டாள். ஆனால் தேவையான பணத்தை அவளால் புரட்ட முடியவில்லை. பணம் கட்டாததால் பள்ளி நிர்வாகம் குழந்தைகளை பள்ளியில் இருந்து வெளியேற்றியது.

சரோஜாவுக்கு வேறு வழி தெரியவில்லை. கோவிந்தனின் கூட்டாளி ராஜேந்திரனைத் தொடர்புகொண்டாள்.

"அண்ணே! எனக்கு சரக்கு வேண்டும்".

"என்னம்மா சொல்லுற? பொம்பள நீ என்ன செய்ய முடியும்?"

"நான் வியாபாரம் செய்றேன். எனக்கு வேற வழி தெரியல".

அவன் ஐம்பது லிட்டர் சாராயத்தை இரவோடு இரவாகக் கொண்டுவந்து கொடுத்தான்.

தனி ஆளாக உட்கார்ந்து சாராயத்தைப் பாக்கெட் போட்டாள். விடிவதற்கு முன்பாகவே சாராய பாக்கெட்களை மூட்டைகளாகக் கட்டிக்கொண்டு மாட்டுச் சந்தையை நோக்கி நடக்கத் தொடங்கினாள். மதியத்திற்குள் மளமளவென சாராயப் பாக்கெட்டுகள் விற்றுத் தீர்ந்தன.

வீட்டில் இருக்கும் பிள்ளைகளை அழைத்துக்கொண்டு பள்ளிக் கூடத்திற்குச் சென்று அவர்களுக்கான கல்விக் கட்டணத்தைக் கட்டி, பிள்ளைகளை மீண்டும் பள்ளியில் சேர்த்துவிட்டு வந்தாள். அப்பொழுதுதான் சரோஜாவுக்கு நிம்மதியே வந்தது.

சாராய வியாபாரியாக மாறிப்போன சரோஜா, ஒரு மாதத்திற்குள் கோவிந்தனையே மிஞ்சும் அளவிற்கு வியாபாரம் செய்தாள்.

"என்னம்மா சரோஜா! உன் புருஷனை மிஞ்சின பெரிய வியாபாரியா மாறிடுவபோல?" என்றான் ராஜேந்திரன்.

சரோஜா சிரித்துக்கொண்டாள். பதில் எதுவும் சொல்லவில்லை.

வியாழக்கிழமை வந்துவிட்டாலே சரோஜாவுக்குப் புது உற்சாகம் தொற்றிக்கொள்ள ஆரம்பித்தது. வியாபாரம் படுதீவிரமாக நடக்க ஆரம்பித்தது. அன்று மட்டும் அவள் நான்கு முறை குளிப்பாள். ஐந்து சேலைகள் மாற்றுவாள். பூ எத்தனை ரூபாய்க்கு விற்றாலும் முழம் முழமாய் வாங்கி சூடிக்கொள்வாள். காலில் தண்டையும் பெரிய கொலுசும் அணிந்துகொள்வாள். காதில் அவளுக்குப் பிடித்த ஜிமிக்கியும் மாட்டலும் போட்டுக் கொள்வாள்.

உற்சாகம் கரைபுரண்டு ஓட வீட்டிற்கும் சந்தைக்கும் நடையாய் நடப்பாள். அந்த ஊர் ஆண்களின் ஆசை அந்த அழகியைக் கண்டதும் மெல்ல எட்டிப்பார்க்கும். "டே மச்சான்! என்னிக்காவது இவ தனியா சிக்காமலாபோவாள்... அன்னிக்கு இருக்கு கச்சேரி"என்று வஞ்சகமாய்த் திட்டமிட்டுக்கொண்டு நாக்கைத் தொங்கப்போட்டு அலைந்த ஒரு கூட்டம் அந்த ஊருக்குள் கள்ளத்தனமாய் வகைதேடிக் காத்திருந்தது.

சரோஜாவின் அழகு அவளுக்கே எதிராய்த் திரும்ப நேரம் பார்த்துக்கொண்டிருந்தது. இவள் சாராய பாக்கெட்டுகளை மடியில் கட்டிக்கொண்டு விற்றுத் திரிந்தாள். ஆரம்ப நாட்களில் அவளுக்குச் சாரய மூட்டையைத் தூக்கிக்கொண்டு அலைவதும் விற்பதும் சங்கடமாய்த்தான் இருந்தது. தன் பிள்ளைகளின் படிப்பிற்காக அவள் எந்த வேலையையும் செய்யத் துணிந்தாள்.

வாரத்தின் மற்ற நாட்களில் வீட்டிற்குள் அடைந்து கிடந்தவளுக்கு வியாழக்கிழமைதான் அத்தனை சுதந்திரத்தையும் அள்ளித்தந்தது. அவள் அந்த நாளை மிகவும் நேசித்தாள். வழக்கம்போல் தான் அந்த வாரத்தின் வியாழக்கிழமையும் மிக உற்சாகத்துடன் ஆரம்பித்தது. அவளுக்குப் பிடித்த புடவையை எடுத்து கட்டிக் கொண்டாள்.

அன்று முழுவதும் வீட்டிற்கு வருவதும் மூட்டையைத் தூக்கிக் கொண்டு செல்வதுமாக இருந்தாள். ஒவ்வொரு முறை வரும்போதும் குளித்து புதிய சேலையை உடுத்தினாள். புதிய பூவைச் சூடினாள்.

மாலை ஆறு மணி இருக்கும். பாக்கெட் தீரும் நிலையில் இருந்தது. சந்தை இரவிலும் தொடரும் என்பதால் அவள் அன்று இரவிலும் வியாபாரத்தைத் தொடரத் துணிந்தாள். சாராய மூட்டையைத் தூக்கி வர சரோஜா வீட்டிற்கு வந்தாள்.

வீட்டிற்கு வந்தவள் குளித்தாள். அவளுக்கு மிகவும் பிடித்த பச்சைநிறப்பூ வேலைப்பாடுள்ள சேலையைக் கட்டிக்கொண்டாள். ஒப்பனை செய்துகொண்டாள். தலை நிறைய மல்லிகையைச் சூடிக்கொண்டாள். மூட்டையுடன் நடக்கத் துவங்கினாள். வியாபாரம் விறுவிறுப்பாய் நடந்துகொண்டிருந்தது.

இரவு மணி பத்து ஆனது. சரோஜா எப்பவும் உட்கார்ந்திருக்கும் மரத்தடியில் உட்கார்ந்திருந்தாள். அவள் தனியாக உட்கார்ந்திருந்ததை ஐந்து ஜோடிக் கண்கள் கண்டன. அவசரத்திற்காகப் பக்கத்தில் இருந்த புதருக்குள் சென்றாள். சிறுநீர் கழித்துவிட்டுத் திரும்பியவளை இருட்டிற்குள் நின்றிருந்தவர்கள் வாயைப் பொத்தித் தூக்கினர். சரோஜா திமிறினாள் துள்ளினாள் அவர்களின் இரும்புப்பிடிக்குள் சிக்கிய அவளால் ஒன்றும் செய்ய முடியவில்லை. அவளின் கண்களில் கண்ணீர் வழிந்து ஓடியது. தன் இரண்டு பெண் பிள்ளைகளையும் நினைத்துக்கொண்டாள்.

துயரத்தில் அவளுக்கு மூச்சுத்திணறியது. அவளின் வலியை அங்கிருந்த மரங்களும் அசையாது மவுனியாய்ச் சமைந்து நின்று வேடிக்கை பார்த்தன. அவர்கள் அவளைத் தூக்கிக்கொண்டு ஊத்தங்கரைத் திடலைக் கடந்து கண்மாய்க்குள் சென்று மறைந்தனர். காலையில் பச்சைநிறப்பூ வேலைப்பாடுள்ள சேலையின் ஒரு பகுதி வாய்க்குள் திணிக்கப்பட்டு நிர்வாணக் கோலத்தில் சரோஜா பிணமாய்க் கிடந்தாள்.

6
மூன்றாம் நாளும் விடிந்தது

இன்றையப் பொழுது விடியாமலே இருந்திருக்கலாம். செல்லமுத்துவுக்கு அந்த அதிகாலைப் பொழுதிலும் சலசலன்னு வேர்த்துக் கொட்டியது. என்ன செய்வதென்றே தெரியவில்லை அந்த அறையில் இருந்த கடிகாரத்தையும் வாசலையும் ஒரு நூறு முறையாவது பார்த்திருப்பார். நேரம் ஆக ஆக நெஞ்சு படபடக்கும் வேகம் கூடிக்கொண்டே சென்றது. யாரோ மார்பின் மீது ஏறி நின்று குதிப்பதுபோல வலி எடுத்தது. நெஞ்சைக் கைகளால் அழுத்திப் பிடித்துக்கொண்டார். மூச்சு முட்டிக் கொண்டு வந்தது. எழுந்து நின்று தன்னை ஆசுவாசப்படுத்த என்னென்னமோ செய்தார். ஒன்றும் வேலைக்கு ஆகவில்லை. இயல்பாக இருக்க முடியவில்லை. நாற்காலியின் விளிம்பை ஒரு பிடிமானத்திற்காகப் பிடித்துக்கொண்டு நிறைமாத சூலியைப் போல நெளிந்துகொண்டு நின்றார். அவரால் நிலையாக ஓர் இடத்தில் நிற்க முடியவில்லை. செல்லமுத்துவின் முதல் மனைவி கமலா ஓடிவந்தாள். செல்லமுத்து உறுமிக்கொண்டு அறைக்குள் அலைந்ததைப் பார்த்த அவளுக்குப் பயத்தில் குலைநடுங்கியது. தைரியத்தை வரவழைத்துக்கொண்டு அருகில் சென்றாள்.

"என்னங்க..."

"பதட்டப்படாதீங்க".

"கொஞ்சம் அமைதியா இருங்க. நம்ம குடும்பத்துக்கு ஒரு மானக்கேடும் வராது. நிதானமா இருங்க. இதக் கொஞ்சம் குடிங்க." தண்ணீர்ச் சொம்பை நீட்டினாள்.

தன் முன்னால் நின்றிருந்தவளைப் பார்த்ததும் அவருக்கு வெறிகொண்ட கோபம் வந்தது. ஓட்டமா ஓடி ஒரே தள்ளாகத் தள்ளிவிட்டார்.

"பொம்பளப்பிள்ளைய ஒழுக்கமாக வளர்க்கத் துப்பு இல்ல. இரண்டு சிறுக்கிகளும் நாடகமாடி போடுறீங்க நாடகம்..." அந்த ஓடுகாலி மட்டும் இன்னைக்கு என் கையில கிடைக்கட்டும்.

அவள உயிரோடு கொளுத்தறனா, இல்லையான்னு பாருங்கடி!" கண்கள் சிவக்க ஆவேசமாய் கத்தினார்.

"எங்கடி! அந்த ஒழுக்கங்கெட்ட மூதியைப் பெத்த சிறுக்கி?"

தன் இரண்டாவது மனைவியைத் தேடினார். பக்கத்து அறையில் தலையிலும் மார்பிலும் அடித்துக்கொண்டு ஒப்பாரி வைத்துக்கொண்டிருந்தாள் கோமதி. அவளின் ஓலம் வந்த அறையை நோக்கி ஓடினார். போன வேகத்தில் ஓங்கி விலாவில் ஓர் உதை விட்டார். பாவம் கோமதி நிலைகுலைந்து தூரமாய் போய்ச் சரிந்தாள். விழுந்த வேகம் குறையும் முன்பே வேகமாப் போய்க் கொண்டை மயிரைக் கொத்தாகப் பிடித்து, தர தரன்னு இழுத்து வந்து, வீட்டின் நடுவறையில் போட்டார்.

“பொட்டப்புள்ளய ஓட விட்டுட்டு நீலிக்கண்ணீரா வடிக்கிற...” என்று கத்தியபடியே ஓங்கி மிதித்தார். மிதி அடிவயிற்றில் விழ... மூர்ச்சையாகிச் சரிந்து விட்டாள் கோமதி. மூத்தவள் ஓடிவந்து தண்ணீரை மூஞ்சியில் ஓங்கி அடித்தாள். மீண்டும் கோபத்தில் மூர்க்கமான செல்லமுத்து முதல் மனைவியைப் பொடனியைச் சேர்த்து ஒரு போடு போட்டார். இரண்டு பெண்களும் வாயைக் கையால் பொத்திக்கொண்டு விம்மி அழுதனர்.

“குலப்பெருமையைக் குழிதோண்டி புதைத்துவிட்டாளே, சண்டாளி! நான் யாருக்கு என்ன பதில் சொல்லுவேன்?” செல்லமுத்துவுக்கு நினைக்க நினைக்க கோபத்தில் மூச்சு இரைத்தது. ஆத்திரம் அடங்காமல் அறைக்குள் அங்குமிங்கும் நடந்தார். சிகரெட் எடுத்துப் பற்ற வைத்து வேக வேகமாய் உறிஞ்சி ஊதினார். அவருக்குச் சலசலன்னு வேர்த்துக் கொட்டியது.

★★★

தீபாவளி பந்தோபஸ்து கெடுபிடியாக இருந்தது. மதுரையின் பிரதானப் பகுதி சிந்தாமணி தியேட்டர். எஸ்.ஐ. நம்பூதிரிநாதன் தலைமையில் ஏட்டு சுடலை உட்பட காவலர்கள் பந்தோபஸ்து பணியில் மும்முரமாக இருந்தனர். காவல் ஆய்வாளர் கலியமூர்த்தியிடமிருந்து ஒரு ரகசியச் செய்தி வந்தது. செய்தியைக் கேட்டதும் எஸ்.ஐ. நம்பூதிரிநாதன் அப்படியே கொஞ்ச நேரம் நாற்காலியில் உட்கார்ந்து விட்டார். நம்பூதிரிநாதனின் முக மாற்றத்தைக் கவனித்த ஏட்டு சுடலை அருகில் வந்து "என்னங்கய்யா ஆச்சு?" என்றார்.

சர்க்கின் இன்ஸ்பெக்டர் செல்லமுத்து செய்தி அனுப்பியுள்ளார்.

என்னங்கய்யா! ஏதாச்சும் பிரச்சனையா?

"செல்லமுத்து மகளைக் காணவில்லையாம்".

"பொம்பளப்பிள்ளையக் காணாமா"?

என்னங்கய்யா சொல்றீங்க?

"நல்ல நாள் அதுவுமா எங்க போயிருக்கப் போகுது? அங்க தான் குவாட்டரஸ்ல கூட்டாளிப்பிள்ளைக வீட்டுக்குப் போய் இருக்கும்" என்றார் நிதானமாக.

"டேய்...சுடலை! நேத்து ராத்திரியிலிருந்து நம்ம கருணாகரனையும் காணலையாம்டா".

“என்னாது! கான்ஸ்டபிள் கருணாகரனையும் காணலையா?!”

சுடலைக்கு லேசாகப் பொறி தட்டியது.

★★★

செல்லமுத்து தூத்துக்குடியைப் பூர்வீகமாகக் கொண்டவர். இரண்டு வருடங்களுக்கு முன்புதான் மதுரை சிட்டி ரிசவ்க்கு மாறுதலாகி வந்தார். நத்தம் ரோட்டில் மாயத்தேவர் திருமண மண்டபம் பக்கத்தில் அவருக்குக் குடியிருப்பு. ரொம்ப நேர்மையான ஆள். எந்தக் குற்ற நடவடிக்கைக்கும் உடன் போகமாட்டார். நீதி, நேர்மை என்று வாழ்ந்தவர்.

“இங்க பாருங்கய்யா, நீங்க இதுக்கு முன்னாடி எப்படி வேண்டுமானாலும் இருந்திருக்கலாம். ஆனா இனிமேல் நான் சொல்லலுறபடிதான் கேட்கணும். நேர்மையான ஆட்கள் மட்டும் எனக்குப் போதும், கண்ட இடத்தில் கை வைக்கும் ஆளுங்க இங்க என்கூட வேலை பார்க்க முடியாது. யாருக்காவது முறை தவறிப் பணம் சம்பாதிக்க ஆசை இருந்தா நீங்களே மாறுதல் வாங்கிட்டு ஓடிப் போங்க” என்று வந்த முதல் நாளே காட்டமாகப் பேசியது நிறையப் பேரை முகம் சுளிக்க வைத்தது.பணியில் இருக்கும்போது பயங்கரக் கெடுபிடியாக இருந்தார். மற்ற நேரங்களில் ரொம்ப ஜாலியாக இருப்பார்.

“என்னாய்யா சினிமா எடுக்குறானுங்க? இப்போ வார படங்களைக் கண்கொண்டு பார்க்க முடியல.”

“அய்யா1 ‘கத்தி’ன்னு ஒரு படம் வந்திருக்கு, போய் பாருங்க. ‘சூப்பர்’ன்னு சொல்லுவீங்க”.

இப்படியாகச் சினிமா கதையெல்லாம்கூட அவ்வப்போது பேசக்கூடிய ஜாலியான மனுஷன்தான்.

அவர் தலைமையில் அறுபது பேர் கொண்ட டீம் இருந்தது. அத்தனை பேருக்கும் எஸ்கார்டு டியூட்டிதான்.

சப்கோர்ட், செசன்ஸ் கோர்ட், சிவில் கோர்ட், கார்ப்பரேஷன் ஆபீஸ், பெரிய ஆஸ்பத்திரி, என்சிசி, இஎஸ்ஐ ஆஸ்பத்திரி, சமயநல்லூர் பவர் ஹவுஸ், ரிசர்வ் லைன், எஸ்.பி. ஆபீஸ், கலெக்டர் ஆபீஸ், ஸ்டேட் பேங்க் என அத்தனை இடங்களிலும் இவர்கள்தான் எஸ்கார்டு டியூட்டி பார்த்தனர்.

அன்று சனிக்கிழமை என்சிசி ஆபீஸ் இருக்கும் ஏரியாவில் ஒரு பெரிய திருட்டு நடந்துவிட்டது. அது பெரிய ஆளுங்க இருக்குற ஏரியா என்பதால் அடுத்தடுத்து போன் கால்கள் வந்து கொண்டிருந்தன.

“இன்னும் ஒரு மணி நேரத்திற்குள் சம்பவம் செய்தவனைக் கண்டுபுடிச்சுடுறேன்ங்கய்யா”.

“சரிங்க அய்யா...” போனைக் கட் செய்த அடுத்த பத்து நிமிடத்திற்குள் சம்பவ இடத்திற்கு வந்து சேர்ந்தார் செல்லமுத்து.

“யாருய்யா இந்த ஏரியாவுல எஸ்கார்டு டியூட்டி பார்த்தது?”

“எஸ். ஐ. நம்பூதரிநாதனும் ஏட்டு சுடலையும்தானுங்கய்யா”.

“சம்பவம் நடந்தப்ப அவனுங்க மயிரு புடிங்கிட்டு இருந்தானுங்களா? எங்கய்யா போய்த் தொலைஞ்சானுக?”

“இங்க தானுங்கய்யா இருந்தாங்க”.

“அப்பறம் எப்படிய்யா திருட்டு நடந்துச்சு?”

“அய்யா! ரெண்டு பெரும் நல்லா போதையப் போட்டுட்டு ஜீப்லயே தூங்கிட்டாங்க” என்று காதைக் கடித்தார் ஏட்டு குமார்.

செல்லமுத்துவுக்கு வந்த கோபத்துக்கு அளவே இல்ல. “அவனுங்க இன்னும் அஞ்சு நிமிசத்துக்குள்ள இங்க இருக்கணும்” என்று கர்ஜித்தார்.

எதுவும் தெரியாத அப்பாவிகளைப்போல சுடலையும் நம்பூதிரிநாதனும் வந்து நின்றனர்.

“என்னய்யா போலீஸ்காரனுங்க நீங்க? டியூட்டி பார்க்கவேண்டிய நேரத்துல குடிச்சுட்டுத் கூத்தடிச்சுருக்கீங்க. இப்படி ஒரு அஃபன்ஸ் நடந்ததுக்கு நீங்கதான் காரணம். உங்களை என்ன பண்ணுறேன்னு பாருங்க” என்று கூறி கடுமையாக ஜார்ஜ் எழுதிவிட்டார். சுடலையும் நம்பூதிரிநாதனும் ஆறு மாதம் சஸ்பெண்ட் செய்யப்பட்டனர்.

'லேசா கண் அசந்ததுக்கு ஆறு மாசம் அரை சம்பளம் வாங்க விட்டுட்டானே படுபாவிப் பய! அவன் சிக்காமலா போவான்? அன்னிக்கு இருக்கு அவனுக்கு. அவன் கேவலப்பட்டு தூக்குல தொங்கணும். அதை நாம கண் குளிரப் பார்க்கணும்!” இப்படி இருவருக்கும் இருந்த ஆத்திரம் பகையாக மனதிற்குள் கருவிக் கொண்டிருந்தது.

ரவுண்ட்ஸ் வரும்போது யாராவது டியூட்டி நேரத்தில் உட்கார்ந்து இருந்தாலோ, தூங்கினாலோ அவ்வளவுதான். அப்படியே ரிப்போர்ட் எழுதி விடுவார். அதனால் செல்லமுத்துவுக்கு "பார்த்ததைப் பார்த்தபடியே எழுதும் பலே ஆபீசர்!" என்ற பட்டப்பெயரும் இருந்தது. அத்தனை பகுதியையும் விடாமல் இரவு ரோந்தில் சுற்றி வருவார்.

பவர் ஹவுஸ் போகும் வழியில் பரவையில் ஜீப் நின்றது. செல்லமுத்து ஜீப்ல இருந்து கீழே இறங்கி 'மாஸ்டர்! டீ' என்று சொல்லிட்டு அங்கிருந்த பெஞ்சில் உட்காந்தார். ஏட்டு மனோகரன் இரண்டு வடையையும் சேர்த்து வாங்கி வந்தார்.

“என்னடா மனோ! வடை வாங்கித் தந்து மாமனாரைக் கரெக்ட் பண்ணுறியா?” என்றார் சுடலை.

“எண்ணே! என்னாண்ணே பேசுற? யாருக்கு யாரு மாமனாரு? என்னத்தயாவது சொல்லி வம்புல சிக்கவிட்டுறாத” என்றார் மனோகரன்.

“டேய்! உன் சங்கதி எல்லாம் எனக்குத் தெரியும்டா! நீ அய்யா மக அன்னலட்சுமியை டாவு அடிக்குறதானே!”

“ஆத்தாடி! எண்ணே! உன் காலைக் காட்டு கும்பிட்டுக்கிறேன். அய்யாகிட்ட மாட்டிவிட்டுடாத...என்னய நம்பித்தான் என் குடும்பம் இருக்கு” என்று பம்மினார் மனோகரன்.

“தெரியுதுல. அப்புறம் என்ன மயித்துக்குப் பெரிய இடத்துல கை வைக்குற?”

“அண்ணே! நீ என்ன சொன்னாலும் கேட்குறேன். நான் சும்மா தான் அந்தப் புள்ளையப் பார்க்குறேன். நீ விவகாரம் பண்ணிடாத...” என்று கெஞ்சலாகக் கேட்டதும்,

“போடா போ... அந்தச் செல்லமுத்து எனக்கு ஆகாத பய, அதனால உன்ன விடுறேன்”.

அப்பதான் மனோகரனுக்கு உயிரே வந்ததுபோல இருந்தது.

டீயும் வடையும் கொண்டு வந்து கொடுத்தார்.

“டீ மட்டும்தானே சொன்னேன்”.

“வடை சூடா இருந்ததுங்கய்யா! அதான் வாங்கினேன்”.

பையிலிருந்து பணத்தை எடுத்தார்.

“வேண்டாங்கய்யா! நான் கொடுத்துட்டேன்”.

“நான் என்ன பிச்சைக்காரனா? அரசாங்கம் எனக்கு நல்ல சம்பளம் தருது. நீ எனக்குப் பிச்சை போட வேண்டாம்” என்று வெடுக்குனு சொன்னதும் மனோகரனுக்கு அவமானமாப் போச்சு.

“விடுடா...அவரப் பத்தித் தெரியுமே!” என்று சமாதானம் செய்தார் ஏட்டு குமார்.

செல்லமுத்து யாரிடமும் கை நீட்டி சல்லிக்காசு வாங்க மாட்டார். தன் டீம்ல இருக்கற நாற்பத்து எட்டு போலீஸ், ஆறு நாயக், நான்கு ஏட்டு, ஏ.எஸ்.ஐ., எஸ்.ஐ., இன்ஸ்பெக்டர் அனைவரையும் அரவணைத்துப் போவார்.

“இந்தாப்பா! சேது ராத்திரி பகலா கண்ணு முழிச்சு டியூட்டி பார்க்குறவங்களுக்குரிய பணத்த நேரத்தோட வாங்கிக் கொடுத்துடணும். இல்லன்னா அது பாவம்”. தன்னோட டீம்ல இருக்குற போலீஸ்காரர்களுக்குப் பணப்பலன்களைத் தாமதமின்றி பெற்றுத்தர ரைட்டர் சேதுவை வேகப்படுத்துவார்.

என்ன இருந்தாலும் செல்லமுத்துவைப் பிடிக்காத ஆளுக டிபார்ட்மென்ட்ல இருக்கத்தான் செய்தார்கள். அவரின் கண்டிப்பும் வீம்பு புடிச்ச விடாப்பிடியான குணமும் அவருக்கு டிபார்ட்மென்ட்டில் நிறைய எதிரிகளைச் சம்பாதித்துக் கொடுத்தது.

செல்லமுத்துவுக்குத் திருமணம் ஆகி எட்டு வருடங்கள் வரை குழந்தையே இல்லை. போகாத கோவில் இல்லை. வேண்டாத தெய்வம் இல்லை. மத வேறுபாடு இல்லாமல் எல்லாக் கோவிலுக்கும் குடும்பமாய் ஏறி இறங்கினர். எத்தனை வேண்டுதல் செய்து என்ன பிரயோஜனம். குழந்தை பிறந்தபாடில்லை. கடைசியில் கமலாவே ஒரு முடிவுக்கு வந்துவிட்டாள்.

"என்னங்க! நான் ஒரு யோசனை சொன்னா நீங்க கேப்பீங்களா?"

"என்ன சொல்லு?"

"நீங்க இரண்டாவது கல்யாணம் செய்துக்கணும்" என்றாள். வெகு நாட்களாக இதற்காகக் காத்திருந்த செல்லமுத்துவுக்கு மகிழ்ச்சி இந்த மட்டும் என்று அளவிட்டுச் சொல்ல முடியவில்லை.

செல்லமுத்து அரசாங்க வேலை பார்ப்பதால் சட்டரீதியான பிரச்சனை எதுவும் வந்துவிடக் கூடாது என்று நினைத்து முதல் மனைவியிடம் விவாகரத்துப் பெற்றார். சட்டத்தின் முன் இருவரும் பிரிந்து விட்டனர் ஆனால் விவாகரத்து பெற்ற பிறகு தான் செல்லமுத்து தன் முதல் மனைவியை அதிகமாக நேசிக்கத் தொடங்கினார்.

அவளும் எங்கெங்கோ பெண் தேடினாள். கடைசியில் தன் சொந்தத்தில் வேறு கதியே இல்லாத பெண் ஒருத்தியைக் கண்டுபிடித்து தன் புருசனுக்குக் கட்டிவைத்தாள். வந்தவளும் ஒரு பெண் பிள்ளையைப் பெற்றெடுத்தாள். அன்னலட்சுமி என்று பெயரிட்டு குடும்பமே கொண்டாடி வளர்த்தனர். திருமண வயதை நெருங்கி இருந்தவள், செல்லமுத்து மாப்பிள்ளை தேடுவதற்கு முன்பே அவளே மாப்பிள்ளை தேடிக் கொண்டாள். தேடிக்கொண்ட மாப்பிள்ளையின் ஜாதி செல்லமுத்துவை மிருகமாக்கியது.

★★★

எஸ். ஐ. நம்பூதிரிநாதனும் ஏட்டு சுடலையும் ஓர் அனுமானத்தில் அலங்காநல்லூருக்கு வண்டியை விட்டனர். காற்றை கிழித்துக்கொண்டு வேகமெடுத்தது வண்டி. எஸ். ஐ. நம்பூதிரிநாதன் எதுவும் பேசவில்லை. சுடலைதான் டிரைவரிடம் வழி சொன்னார். பெரிய அளவில் வளைவுகள் இல்லாத நீண்ட சாலை. ரோட்டின் இருபுறமும் அடர்ந்த மரங்கள் சாலையில் வரும் வண்டிகளுக்கு

குடை பிடிப்பதுபோல் இருந்தன. அலங்காநல்லூர் வந்து விட்டனர். ஊரைக் கடந்து சென்றதும் ஒரு சிறிய குடியிருப்புப் பகுதி இருந்தது. வண்டி அந்த குடியிருப்புப் பகுதிக்குள் நுழைந்தது. இரண்டு பாட்டிகள் தெருவின் முனையில் நின்று எதையோ குசுகுசுன்னு பேசிக்கொண்டிருந்தனர். அவர்களிடம்

"போலீஸ்காரர் கருணாகரன் வீடு எது"? என்று விசாரித்ததில் தெருவின் கடைசி வீட்டைக் கை காட்டினர். வண்டி கருணாகரனின் வீட்டின் முன்பாக 'கிரீச்' என்ற சப்தத்துடன் நின்றது. நம்பூதிரிநாதன் திரும்பி சுடலையைப் பார்க்க அவர் பார்வையின் அர்த்தம் புரிந்தவராக கீழே இறங்கி வீட்டிற்குள் சென்றார்.

★★★

செல்லமுத்துக்கு முன்பாக சிகரெட் துண்டுகள் குவிந்து கிடந்தன. வீடு மயான அமைதி கொண்டிருந்தது. அவர் வாழ்வில் சேகரித்து வைத்திருந்த அத்தனை செல்வமும் ஒரே நாளில் கொள்ளையடிக்கப்பட்டு நிர்க்கதியாய் நிற்பதுபோல் உணர்ந்தார். கடிகார முட்கள் நகராமல் நின்றன. அவர் அந்த அறையைவிட்டு வெளியே வரவில்லை. அவருக்கு யார் முகத்தைப் பார்க்கவும் பிடிக்கவில்லை.

'அவள் பிடிபட்டாள்' என்ற செய்திக்காக அடிபட்ட நாகம் போல் சீறிக் கொண்டும் புஸ் புஸ் என்று பெரிதாய் மூச்சு விட்டுக் கொண்டும் காத்திருந்தார்.

"இப்படி என்னை கேவலப்படுத்திட்டாளே.. இனிமேல் நான் யார் முகத்துல முழிக்க முடியும்".

சொந்தம் பந்தம் ஜாதிக்காரன் இவர்களை நினைத்தாலே அவருக்கு உடம்பெல்லாம் நடுங்கியது. அவர்களின் ஏச்சுப் பேச்சுக்களை அவரால் கற்பனை செய்துகூடப் பார்க்க முடியவில்லை.

"ஜாதி கெட்டுப்போய்விட்டாளே சண்டாளி"

கோபத்தில் எதிரில் இருந்த டீப்பாயை ஓங்கி உதைத்தார். அது சுவரில் முட்டி மோதி தலைகுப்புற விழுந்தது. அதன் மீது இருந்த அத்தனை பொருட்களும் அறை எங்கும் சிதறின. "எப்படியெல்லாம் பெருமையோடும் திமிரோடும் ஊரில் சுற்றித் திரிந்தேன். இனி நான் ஊருக்குள் தலைகாட்ட முடியுமா? நான் என்ன பாவம்

செய்தேன்? கடவுளே! எனக்கு ஏன் இவ்வளவு பெரிய கேவலம்" என்று உடைந்து அழுதார். மீண்டும் மூர்க்கமாகி உறுமினார். உறுமிக்கொண்டே அறைக்குள் குறுக்கும்மறுக்குமாய் நடந்துகொண்டே இருந்தார்.

★★★

வீட்டிற்கு உள்ளே நுழைந்தார் சுடலை.

அவர்கள் அனுமானித்து வந்தது சரியாகத்தான் இருந்தது. கருணாகரனும் செல்லமுத்துவின் மகளும் அங்குதான் இருந்தார்கள்.

"சுடலை அண்ணே! எங்களைக் காப்பாத்துங்க".

ஓடிவந்து காலில் விழுந்தார் கருணாகரன். சுடலை செல்லமுத்துவின் மகளைப் பார்த்தார். அவளது முகம் இருண்டு களை இழந்து காணப்பட்டது.

"எந்திரிடா! செய்யறது எல்லாம் செஞ்சிட்டு இப்ப கால்ல விழுறியா? அறிவு இருக்காடா? என்னடா வேலை செஞ்சிருக்க? உன் வீட்டிலயும் ஒரு குமரிப்பொண்ணு இருப்பதை மறந்துட்டியா? அதிகாரியோட மகளை இப்படி இழுத்துட்டு வந்திருக்கிறீயே? புத்தி கெட்டவனே... நல்லது கெட்டது நினைச்சுப் பார்த்தியாடா" என்று கோபமாய் பேசிவிட்டு "எஸ்ஐ அய்யா வந்திருக்கிறார், போயி பாரு" என்றார். கருணாகரன் வெளியே ஓடினார்.

"ஐயா! எங்களக் காப்பாத்துங்க" நம்பூதிரிநாதன் காலில் விழுந்தார். நம்பூதிரிநாதன் தன் பங்கிற்கு தானும் திட்டித் தீர்த்தார்.

"பெண்ணை என்னோடு அனுப்பி வை. மற்றதைப் பிறகு பேசிக்கலாம்" என்றார் நம்பூதிரிநாதன்.

வீட்டின் வாசல் நிலையை பிடித்தபடி கூனிக் குறுகி நின்றாள் செல்லமுத்துவின் மகள்.

"நான் வீட்டிற்குப் போக மாட்டேன், போனா எங்க அப்பா என்னைக் கொன்று விடுவார்"என்று அழுதாள் அன்னலட்சுமி.

"சரி, நீ உங்க வீட்டிற்கு போக வேண்டாம்.என் வீட்டிற்கு வா.நான் ஐயாகிட்ட பேசி அவரை சமாதானம் செய்கிறேன். அவர் கோபம் சீக்கிரம் சரியாகிடும். அதுவரை நீ என் வீட்டில்

இரு மகளே! அய்யாவின் மனதை மாற்ற வேண்டியது என் பொறுப்பு. உங்க அப்பா சம்மதத்துடன் நான் உங்களுக்கு திருமணம் செய்து வைக்கிறேன்" என்று இனிக்க இனிக்கப் பேசி அன்னலட்சுமியை அழைத்து வந்தார்.

அன்னலட்சுமியை ஏற்றிக்கொண்டு ஜீப் கிளம்பி மதுரையை நோக்கி வேகமெடுத்தது. நம்பூதிரிநாதன் பெரும் யோசனையில் இருந்தார்.

"டேய்! வண்டியை டீக்கடையப் பார்த்து நிப்பாட்டு"

வண்டி ரோட்டோரக் கடை ஒன்றில் நின்றது. டிரைவர் உட்பட மூவரும் டீயை உறிஞ்சிக்கொண்டே குசுகுசுன்னு ரொம்ப நேரம் பேசிக்கொண்டிருந்தனர். வாங்கித் தந்த டீயை வேண்டாம் என்று சொல்லிவிட்டு அழுதுகொண்டே இருந்தாள் அன்னலட்சுமி. வண்டி கிளம்பி நம்பூதிரிநாதன் வீட்டில் போய் நின்றது. வீட்டிற்குள் சென்ற அன்னலட்சுமி துணுக்குற்றாள். குடித்தனம் நடக்கும் வீடுபோல அது தெரியவில்லை. குடிச்சுட்டுப்போட்ட காலி விஸ்கி பாட்டிலும் சிகரட் துண்டுகளும் அவளுக்கு பயத்தை ஏற்படுத்தின. அவள் அங்கு தங்க வைக்கப்பட்டாள்.

★★★

இரண்டு நாள் ஆயின.

அவள் பிடிபடவில்லை என்ற செய்தியே வந்தது. செல்லமுத்து வேலைக்குச் செல்லவில்லை. அறையைவிட்டு வெளியே வரவில்லை. தண்ணீர் குடிக்கவில்லை. பாக்கெட் பாக்கெட்டாக சிகரெட்டை மட்டும் ஊதித் தள்ளினார்.

நம்பூதிரிநாதனும் சுடலையும் தினமும் வந்து பார்த்துச் சென்றனர். செல்லமுத்துவுக்கு ஆறுதல் சொல்லுவதுபோல பேசினாலும் உள்ளுக்குள் குரூர மகிழ்ச்சி அடைந்தனர். 'பொண்ணக் கூட்டிட்டு வர வேண்டியது எங்க பொறுப்பு' என்று எதை எதையோ பேசினர். மனுஷன் அசையவில்லை.

"அவளைக் கொன்னு குழி தோண்டிப் புதைத்தால்தான் எனக்கு ஆத்திரம் அடங்கும்" என்று கர்ஜித்தார் செல்லமுத்து. அவரின் மூர்க்கம் நம்பூதிரிநாதனுக்கு புது யோசனையைத் தந்தது. நம்பூதிரி நாதன் அங்கிருந்து கிளம்பிய பிறகு செல்லமுத்து மிகவும் சோர்வுற்று படுக்கையில் சாய்ந்தார். ஆயிரம் பேருக்கு மத்தியில்

அம்மணமாய் நிற்பதுபோல உணர்ந்தார். உடலைக் குறுக்கிப் படுத்துக்கொண்டார். அவரின் நினைவு எங்கெல்லாமோ சுழன்று அவரை கலவரப்படுத்தியது. ஊரில் வேறு சாதி ஆணோட ஓடிப்போன தன் சொந்தக்காரப் பெண்ணிற்கும் அவள் குடும்பத்திற்கும் ஏற்பட்ட கதி நினைவுக்கு வந்தது. செல்லமுத்துவுக்கு வேர்த்துக் கொட்டியது. எவ்வளவு பெரிய அவமானம்?!

குடும்பம் மன்னித்தாலும் ஜாதி கெட்டுப்போன பொண்ணை சாதியும் சங்கமும் விடாதே!

சந்திரனிடமிருந்து போன் வந்த அந்த நாளை செல்லமுத்து நினைத்துப் பார்த்தார்.

“அண்ணே! நீ சொன்னன்னுதானே பொட்டப் புள்ளய படிக்க அனுப்பிச்சேன். இன்னைக்கு தரங்கெட்ட வேலையை செஞ்சுட்டாளே?” என்று அழுத சந்திரனுக்கு என்ன சொல்லி ஆறுதல் சொல்வது என்று தெரியாமல் “நான் நேரில் வருகிறேன் வந்து பேசிக்கொள்ளலாம். பயப்படாதே” என்று போனை துண்டித்துவிட்டு ஊருக்கு கிளம்பிய செல்லமுத்து அடுத்த மூன்று மணிநேரத்திற்குள் சந்திரனின் வீட்டை அடைந்தார்.

சந்திரன் செல்லமுத்துவின் ஒன்றுவிட்ட பங்காளி. இரண்டு பெண் பிள்ளைகளுக்கு தகப்பனான சந்திரன் தன் மூத்த மகள் பத்தாம் வகுப்பு படிக்கும் போது மாப்பிள்ளை தேடத் தொடங்கினார். அந்த ஊரிலேயே படித்து அரசு வேலைக்கு சென்ற முதல் நபர் செல்லமுத்து மட்டும்தான். பெண் பிள்ளைகள் படிக்க வேண்டும் என்பதில் மிகுந்த அக்கறை கொண்டவர். சந்திரனை அழைத்து "மாப்பிள்ளை பார்ப்பதை நிறுத்து, பிள்ளையைக் படிக்க வை" என்று அறிவுரை கூறினார். செல்லமுத்துவின் பேச்சைக் கேட்ட சந்திரன் பிள்ளையைத் தொடர்ந்து படிக்க அனுப்பினார். காலேஜுக்கு போவதற்காக தினமும் திருநெல்வேலி சென்று வந்தவள் வேறு ஜாதிக் பையனைக் காதலித்து அவனோடு சென்றுவிட்டாள். ஓடிப்போனவளை ஜாதி சங்கத்தினர் துரத்திப் பிடித்து இழுத்து ஊருக்கு கொண்டு வந்தனர். இனி என்ன நடக்குமோ என்று தெரியாமல் சந்திரனின் ஒட்டுமொத்தக் குடும்பமும் கதிகலங்கிப் போய் நின்றது.

செல்லமுத்து சந்திரனின் வீட்டிற்குள் சென்றார்.

அண்ணே! என்று ஓடிவந்து கைகளைப் பற்றிக்கொண்டார்.

“இன்னும் கொஞ்ச நேரத்துல சங்கத்து ஆளுக வந்துருவாங்க. இந்த ஓடுகாளி நாய இழுத்துட்டுப் போயி என்ன செய்வாங்களோ எனக்கு பயமா இருக்கு. இந்தக் கேவலத்துக்கு அப்புறம் நான் உயிரோட இருக்கணுமா” என்று அழுத சந்திரனின் கைகளைப் பிடித்து “அப்படி எதுவும் நடக்காதுடா. பாத்துக்கலாம்” என்று சமாதானம் சொல்லிக்கொண்டிருக்கும்போதே ஜாதி சங்க ஆட்கள் பத்து பேரு திமு திமுன்னு வீட்டிற்குள் நுழைந்தனர். வீட்டின் மூலையில் தலைவிரி கோலமாக படுத்துக் கிடந்த செல்லம்மாவை முடியைப் பிடித்து தூக்கினர். ஓங்கி கன்னத்தில் இரண்டு அறை விட்டனர். தரதர என்று வெளியே இழுத்துச் சென்றனர். அவர்களை வழிமறித்தார் செல்லமுத்து.

“என்னய்யா இது! அநியாயமா இருக்கு? யார் வீட்டுப் பிள்ளையை யார் அடிச்சு இழுத்துட்டுப் போறது”?.

“குலத்துல ஒரு மாட்டுக்கு கொம்பு ஒடைஞ்சுட்டா அது இனத்துக்கே ஈனம் இவளால நம்ம ஜாதிக்கு அசிங்கம் வந்துருச்சு. இவள மாதிரி நாய்களை விஷம் வைத்துக் கொன்னால்தான் எங்க ஆத்திரம் அடங்கும். இந்த நாய் ரோட்டில் செத்துக் கிடக்கிறதப் பார்த்து இந்த ஊர்க்காரப் பொம்பளப்பிள்ளைகள் திருந்தணும். இது மாதிரி ஒரு காரியத்தைச் செய்வதற்கு இனிமேல் பயப்படணும்.”

“இங்க பாருங்கப்பா...இது சட்டப்படி தப்பு.”

“என்ன பெரிய மயிரு சட்டம் படிச்சவன் நீ? ஏண்டா வெண்ண! புதுசா யூனிஃபார்ம் மாட்டிட்டா நீ பெரிய இவனா? ஊர்க் கட்டுப்பாடுன்னு ஒண்ணு இருக்குதுல்ல போடா வேலையப் பாத்துட்டு” செல்லமுத்துவை ஓங்கி ஒரு தள்ளு தள்ளிவிட்டு அந்தக் கூட்டம் செல்லம்மாவை இழுத்துச் சென்றது. ஊருக்கு மத்தியில் இருக்கும் இசக்கியம்மன் கோவில் முன்பாக இருந்த வேப்பமரத்தில் செல்லம்மா ஒரு நாயைப்போல் கட்டப்பட்டுக் கிடந்தாள்.

ஊர் முழுக்க ஜாதி சங்கத்தினர் தண்டோரா போட்டனர். செல்லம்மாவுக்கான தண்டனை அறிவிக்கப்பட்டது. அந்த ஊரில் இருக்கக்கூடிய ஆண்கள் ஒவ்வொருத்தரா செல்லம்மாவின் தலையில் ஒண்ணுக்கு அடித்தனர். வேலை தேடி பிழைப்புக்காக

வெளியூருக்குச் சென்ற அந்த ஊரின் அத்தனை ஆண்களும் ஜாதி சங்கத்தால் வரவழைக்கப்பட்டனர். அவர்கள் அனைவரும் செல்லமாவின் மீது சிறுநீர் கழித்து அவளை அவமானப்படுத்தினர். சிலர் கண்களை மூடிக்கொண்டு வேண்டா வெறுப்பாக அந்தச் செயலை செய்தனர். சில வக்கிரம் பிடித்த ஆண்கள் மிகுந்த மகிழ்ச்சியோடு செல்லம்மாவின் மீது சிறுநீர் கழித்ததோடு மட்டுமல்லாமல் அவர்களின் பிறப்புறுப்பை செல்லம்மாவின் வாயில் திணிக்கவும் முயன்றனர். செல்லமுத்து காவல் துறையில் புகார் அளித்தும் எந்தவித நடவடிக்கையும் எடுக்கவில்லை. என்ன ஏது என்று எவரும் எட்டிக்கூடப் பார்க்கவில்லை. கிட்டத்தட்ட பத்து நாட்கள் அவளுக்கு சொட்டுத் தண்ணீர் கொடுக்கவில்லை.

"தண்ணி... தண்ணி... தாகமா இருக்கு... தாகம்..." என்று கதறினாள் செல்லம்மா.

“தண்ணியா வேணும்? இந்தா குடி” என்று அவளின் வாயில் சிறுநீர் கழித்தனர்.

அன்று பத்தாம் நாள் மதிய நேரம். ஜாதி சங்கத்தினர் கும்பலாக சந்திரன் வீட்டை நோக்கி படையெடுத்தனர். “இந்த ஊர்ல இருக்கக் கூடிய எல்லா ஆம்பளைங்களும் உன் மகளுக்கு அபிஷேகம் செஞ்சுட்டாங்க. நீயும் செஞ்சுட்டேன்னா வேலை முடிந்துவிடும்” என்று சந்திரனையும் செல்லமாவின் மீது சிறுநீர் கழிக்க அழைத்தனர்.

‘ஐயோ’ என்று தலையில் அடித்துக்கொண்டு கதறினார் சந்திரன். குடும்பமே ஜாதி சங்கத்தினரின் காலைப் பிடித்துக் கெஞ்சினர். “எங்களையும் எங்க குடும்பத்தையும் விட்டுருங்க” என்று.

“இன்னைக்கு உங்களை விட்டுட்டா ஊர்ல இருக்கக்கூடிய அத்தனை பொட்டச்சிகளும் அரிப்பெடுத்து எந்தப் பன்னிக் கூட்டத்தோடையும் படுக்கப் போய்டுவாளுக” என்று வாய்க்கு வந்தபடி கேவலமாகப் பேசினர்.

“இன்னும் அரை மணிநேரத்திற்குள் மந்தைக்கு வரவில்லை என்றால் உன் வீட்டில் இருக்கிற ஒட்டுமொத்த பொம்பளைகளுக்கும் அதே கதிதான், ஜாக்கிரதை” என்று எச்சரித்துச்சென்ற பிறகு சந்திரனுக்கு என்ன செய்வது என்றே தெரியாமல் நிலைகுலைந்து நெஞ்சைப் பிடித்துக்கொண்டு அப்படியே உட்கார்ந்துவிட்டார்.

“என்னங்க...” ஓடிவந்தாள் சந்திரனின் மனைவி.

“இப்படி மானங்கெட்டுப் போச்சே மலைச்சாமித் தேவர் வம்சம். இதுக்குப் பிறகு உயிர் வாழ்வதுபோல கேவலம் இந்த உலகத்துல வேற எதுவும் இல்ல” என்று வேகவேகமாக எழுந்தார். வீட்டின் உத்திரத்தில் வரிசையாய் கயிறுகளைக் கட்டினார். முதலில் கடைக்குட்டி மகளை ஸ்டூலில் ஏறச் சொன்னார். அவள் அழுது கொண்டே ஏறினாள். கழுத்தில் கயிறை மாட்டினார்.

“அப்பா! வேண்டாம்ப்பா.. எனக்குப் பயமா இருக்குப்பா. என்ன விட்டுடுப்பா! அப்பா! ப்ளீஸ்ப்பா... நான் சாகலப்பா... எனக்கு பயமா இருக்குப்பா” என்று பயத்தில் அலறினாள். இவை எதையும் பொருட்படுத்தாத சந்திரன் அவள் நின்றிருந்த ஸ்டூலை தட்டிவிட்டதும் எட்டாம் வகுப்பு படிக்கும் மைதிலி கையையும் காலையும் படபடன்னு ஆட்டித் துடிதுடித்து உயிரை விட்டாள். அவளது இறப்பைப் பார்த்த இரண்டாவது மகள் செல்வி உயிர் தப்புவதற்காகப் பூட்டிய விட்டிற்குள் அங்கும் இங்குமாய் ஓடினாள். சந்திரன் அவளை வலுக்கட்டாயமாக இழுத்து வந்து தூக்கு கயிற்றில் தொங்க விட்டார். அதனைத் தொடர்ந்து அவரும் அவர் மனைவியும் ஒரே நேரத்தில் தொங்கி உயிரை விட்டனர்.

செல்லம்மா விஷம் கொடுக்கப்பட்டு சாகடிக்கப்பட்டாள். பிணம் மூன்று நாட்கள் தெருவில் கிடந்தது.

“என்னங்க... மனைவியின் குரல் கேட்டு நினைவு திரும்பினார் செல்லமுத்து.

'கொஞ்சம் இந்த டீயவாவது குடிங்க'.

தன் மனைவியை டீ டம்ளருடன் பார்த்ததும் ஆத்திரம் பொங்க கையில் கிடைத்த பொருளைத் தூக்கி வீசியதில் டீ டம்ளர் பறந்து போய் ஒரு மூலையில் உருண்டு கிடந்தது.

அவள் பயத்தில் நடுங்கிக்கொண்டே அங்கிருந்து சென்றுவிட்டாள்.

மறுபடியும் சந்திரனும் செல்லம்மாவும் நினைவுக்கு வந்தனர்.

'ஐய்யோ... தெய்வமே! அப்படி ஒரு கேவலம் என் குடும்பத்திற்கும் வந்துவிடுமா?

அந்த அவமானத்தை சுமந்துகொண்டு என்னால் உயிரோடு நடமாட முடியாதே. நான் என்ன செய்வேன்?' செல்லமுத்து

முகத்தில் ஓங்கி ஓங்கி அடித்துக்கொண்டு பெருங்குரலெடுத்து அழுதார். இரவு முழுவதும் அவரின் நினைவு எங்கெல்லாமோ சுற்றி அவரைக் கலங்கடித்தது.

மூன்றாம் நாள் விடிந்தது.

செய்திக்காகக் காத்திருந்தார் செல்லமுத்து.

அவள் பிடிபடவில்லை என்ற செய்தியே திரும்பத் திரும்ப வந்தது.

நாட்கள் மூன்று ஆகிவிட்டன. அவன் இந்த மூன்று நாட்களில் என் மகளை...

'ச்ச்சீ!' நினைக்கவே அவருக்கு அருவருப்பாய் இருந்தது.

'நான் இப்படி கேவலப்பட்டுட்டேனே?' என்று பினாத்திக் கொண்டு அறைக்குள் குறுக்கும் நெடுக்குமாய் பைத்தியக்காரனைப் போல் நடமாடினார். நேரம் ஆனது.வெறியின் வேகம் கூடிக்கொண்டே போனது. நிமிர்ந்து பார்த்தார். காவல் சீருடை தொங்கிக்கொண்டிருந்தது. கைத்துப்பாக்கி நினைவுக்கு வந்தது. வேகமாச் சென்று தன் கைத்துப்பாக்கியைத் தேடினார். கையில் கிடைத்த பொருட்களை எல்லாம் வீசி எறிந்தார். துப்பாக்கி அவர் கண்ணில் பட்டுவிட்டது. கைகள் பரபரத்தன. வேகமாய் எடுத்தார். நெற்றிப் பொட்டில் வைத்தார்...

'டுமீல் என்ற சத்தம் கேட்டு செல்லமுத்துவின் மனைவியர் ஓடி வந்தனர். கதவைத் திறந்து உள்ளே வந்த இரண்டு பெண்களும் மூளை சிதறிப்போய் ரத்த வெள்ளத்தில் பிணமாய்க் கிடக்கும் கணவனைப் பார்த்தனர். "ஐய்யோ... என் சாமி... மானம் பொறுக்காமப் போயிட்டீரே!" என்ற கதறல் சத்தம் காற்றில் கலந்தது.

★★★

அன்னலட்சுமியால் எழ முடியவில்லை. கால் இடுக்கில் ரத்தம் வழிந்துகொண்டிருந்தது. கால்களை அசைக்கக்கூட முடியாமல் ரத்தப் பிசுபிசுப்பில் நனைந்து கிடந்தாள். 'இப்படி நம்பி வந்து மோசம் போயிட்டேனே?' என்று நினைக்கும்போது பெரும் பீதி அன்னலட்சுமியின் கண்ணையும் மனதையும் நிறைத்தது. கால்கள்

கிடுகிடுவென நடுங்கியபடியே இருந்தன. அறைக்குள் யாரோ வருவதுபோல தோன்றியதால் கால்களின் நடுக்கம் கூடிக்கொண்டே போனது. தலையை தூக்கிப் பார்க்க முயற்சித்துத் தோற்றுப்போனாள்.

நம்பூதிரிநாதன் சுடலை மற்றும் டிரைவருடன் புதிதாகப் பெண் ஒருத்தியும் வந்திருந்தாள். வந்தவள் அன்னலட்சுமியின் அருகில் வந்தாள். சுடுதண்ணீர் வைத்துக் குளிக்க வைத்தாள். புதிய ஆடைகளை மாற்றிவிட்டாள். சாப்பிட வைத்து வாயில் சில மாத்திரைகளைப் போட்டாள். "எல்லாம் சரியாப்போகும், பயப்படாதீங்க" என்று நம்பூதிரிநாதனை பார்த்துப் பல்லை இளித்தவளின் வாயிலிருந்து பான்பராக் எச்சில் ஒழுகியது. சுடலைக்கும் டிரைவர் மணிக்கும் அப்போதுதான் உயிரே வந்தது. ஏதோ சபலப்பட்டு வகை தெரியாம மாட்டிகிட்டோமே என்று பயந்துகொண்டிருந்தவர்கள் நம்பூதிரிநாதனைப் பார்த்தனர். எல்லாம் நான் பார்த்துக்கொள்கிறேன் என்பதைப்போல சைகை செய்தார்.

'எல்லாப் பிரச்சனையும் சரியாகிவிட்டது. செல்லமுத்து செத்து ஒழிந்தான். அவனுக்குப் பயந்துபோன கருணாகரன் இரவோடு இரவாக மாறுதல் வாங்கிக்கொண்டு ஓடிப்போய்விட்டான். இவளையும் எங்கேயாவது அனுப்பிட்டா வேற பிரச்சனையே இல்ல' என்று நினைத்துக் கொண்டார் நம்பூதிரி. "இவ இந்த ஏரியாவுக்குள்ளவே இருக்கக் கூடாது, என்ன செய்யலாம்?" என்று யோசனை கேட்டார். வந்தவள் சொன்ன யோசனை நம்பூதிரிக்கு பிடித்துப் போனது. பான்பராக் வாய்க்காரி அன்னலட்சுமியைக் கைத் தாங்கலாகக் கூட்டிச்சென்றாள். வீட்டின் முன்பாக நின்ற சிவப்பு நிறக் காரில் அன்னலட்சுமியை உட்கார வைத்துவிட்டு அருகில் நின்ற நம்பூதிரிநாதன் கையில் ஒரு கட்டுப் பணத்தைத் திணித்தாள். அவன் பல்லை இளித்துக்கொண்டே கையசைத்தான். ஆந்திராவிலுள்ள காக்கிநாடாவுக்குக் கடத்தப்படுவது தெரியாமல் வந்தவள் தந்த ஒரு கோப்பை மதுவை வாங்கிக் குடித்துவிட்டு மெல்ல சரிந்தாள் அன்னலட்சுமி.

7
மீனாட்சி அத்தை

பேருந்துக்கு வெளியே ஜன்னல் வழியாகத் தலை சாய்த்து வானத்தைப் பார்க்கும்போது நான் பறப்பது போன்று இருந்தது. மேகக் கூட்டத்தையும் சாலை ஓரத்தில் ஓடிக்கொண்டிருக்கும் மரங்களையும் மாறி மாறிப் பார்த்து ரசித்து அதற்குள் லயித்துப் போய்க் கிடந்த நான் குழந்தையின் அழுகுரல் கேட்டுத் திரும்பினேன். இளம் பெண் ஒருத்தி பச்சிளம் குழந்தைக்குப் பாலூட்டிக் கொண்டிருந்தாள். நான் அவர்களைப் பார்த்துக் கொண்டிருந்தேன். குழந்தை பால் குடிக்கும் அந்தக் காட்சியிலிருந்து என் பார்வையை என்னால் விடுவித்துக்கொள்ள முடியவில்லை. என் உடலுக்குள் ஏதோ ரசவாதம் நடந்து என் மார்பில் அமிர்தம் ஊற்றெடுப்பது போன்ற உணர்வு ஏற்பட்டது. கண்களில் கண்ணீர் கசிந்தது. யாரும் பார்த்து விடாமல் இருக்க முகத்தை ஜன்னல் பக்கம் திருப்பிக் கொண்டேன். அதற்குப் பிறகு ஓடிக்கொண்டிருக்கும் சாலையோர மரமும் மேகமும் எனக்கு எந்த உணர்வுக் கிளர்ச்சியையும் தரவில்லை. கொஞ்ச நேரத்திற்கு முன்பாக அத்தனையும் அழகாய்த் தெரிந்தன. இப்போ எல்லாம் வெறுமையாய் இருக்கிறது. குழந்தைகளின் பேச்சுக் குரல் கேட்டு பேருந்துக்குள் திரும்பினேன். பக்கத்துச் சீட்டில் மூன்று சிறுமிகள் தன் அம்மா, அப்பாவோடு எந்த ஊருக்கோ பயணம் செய்து கொண்டிருக்கிறார்கள். அவர்களின் பேச்சில் தெரியும் உற்சாகத்தைப் பார்க்கும்போது ஏதோ விடுமுறைக்காகச் செல்பவர்கள்போல் எனக்குத் தோன்றியது. எனக்கு என் கோடை விடுமுறை நாட்கள் நினைவுக்கு வருகின்றன.

அப்பாதான் என்னையும், அண்ணனையும், என் தம்பியையும் ஒவ்வொரு கோடை விடுமுறையின்போதும் அத்தை வீட்டில் கொண்டு வந்து விட்டுட்டுப் போவாங்க. ஒவ்வொரு பயணத்தின் போதும் அத்தையையும் மாமாவையும் பார்க்கப் போகும் உற்சாகம் கரை புரண்டு ஓடும். எப்படா அத்தையின் ஊர் வரும் என்று

ஜன்னலை எட்டிப் பார்ப்பதும் அப்பாவிடம் கேள்வி கேட்பதுமாக பயணத்தின் நீளம் கூடிக்கொண்டே போகும். ஒவ்வொரு விடுமுறையும் அத்தையின் அன்பில்தான் கரைந்து போகும். எப்படா அடுத்த கோடை விடுமுறை வரும் என்று வருடம் முழுவதும் ஏங்கிக் காத்திருப்போம். விடுமுறை முடிந்து வீடு திரும்பிய பிறகு நாளும் அம்மாவிடம் அத்தை அப்படிச் செய்வாள், அத்தை இப்படிச் செய்வாள், அத்தைபோல ஏன் சாம்பார் வைக்க மாட்டேங்கிறாய், அத்தையின் காபிபோல உன் காபி ஏன் நுரைக்க மாட்டேங்குது, அத்தையோட வத்தக்குழம்பு ருசி இருக்கு பாரு ஆஹா..! இப்படி எதையாவது சொல்லி அம்மாவிடம் அடி வாங்குவதே எங்களுக்கு வழக்கம்.

சும்மா சொல்லக்கூடாதுங்க காலையில் எங்க அத்தை காபி ஆத்தும்போது வரக்கூடிய வாசனை இருக்குது பாருங்க அடடா... சத்தியமா இதுவரைக்கும் எங்கேயுமே அப்படி ஒரு வாசனை நிறைந்த காபியை நான் அதற்கப்புறம் குடிக்கவே இல்லை. அத்தை வீட்டில் இருக்கும்போது காபியின் வாசனைதான் எங்களை எழுப்பியே விடும். நாங்க எழுந்திரிச்சு மூஞ்சி, கை, கால் கழுவிட்டு பல் துலக்கி வரும் பொழுது பெரிய டம்ளர் நிறைய நுரைத்து நிக்கக்கூடிய காபியை அத்தை கொடுப்பாள். குடிச்சு முடிக்கும்போது எல்லாருக்கும் வெள்ளை மீசை முளைச்சி இருக்கும். அத்தை சிரிச்சுக்கிட்டே முந்தானைல அதைத் துடைத்து விடுவாள். அந்த நாட்களில் எங்கள் அத்தையைப்போன்ற ஓர் அழகியை இந்த உலகத்துல பார்க்க முடியாது என்றுதான் எங்கள் எல்லோருக்கும் தோன்றும். பார்த்தவுடன் வசீகரிக்கும் முகத்தோற்றம். நல்ல எலுமிச்சம்பழ நிறம். நேர்த்தியான மூக்கு. பளபளக்கும் கண்கள். அப்ப மட்டும் இல்ல, இப்ப நினைச்சாலும் அதே அழகான தோற்றம்தான் என் நினைவுக்கு வருகிறது.

மீனாட்சி அத்தையை நினைக்கும்போதே மனசு முழுசும் மகிழ்ச்சி அப்பிக்கொள்ளும். அதற்கான காரணத்தை நான் பல நாள்கள் யோசித்திருக்கிறேன். திட்டமாக எந்த பதிலையும் என்னால் கண்டறிய முடியவில்லை. ஆனால் ஒன்று மட்டும் உறுதியாகச் சொல்வேன். நான் மகிழ்ச்சியாக இருந்தது என்னவோ என் குழந்தைப் பருவத்தில்தான். என்னுடைய சிறுவயது நினைவுகளின் பெரும்பகுதியில் மீனாட்சி அத்தை தான் நிறைந்து இருக்கிறாள். அப்படியானால் அவளை நினைக்கும்போதும்

மகிழ்ச்சி அப்பிக்கொள்ளத்தானே செய்யும். அத்தையின் நியாபகம் வந்தவுடன் தானாகவே மற்றவைகள் எல்லாம் கரைந்து காணாமல் போய்விடும். அந்த நேரங்களில் எல்லாம் அவள் எனக்கு எழுதிய கடிதங்களை எடுத்துப் பிரித்து வாசிக்கத் தொடங்குவேன். ஒவ்வொரு கடிதத்தையும் எத்தனை முறை படித்திருப்பேன் என்று எனக்கே தெரியாது. அதில் கடிதம் எழுதுவதற்கான எந்த வரைமுறையும் இருக்காது. நேரில் நின்று பேசும்போது எப்படி இருக்குமோ அப்படியான சொல்லாடல்கள் தான் அந்தக் கடிதத்தில் நிறைந்து கிடக்கும். அத்தையிடமிருந்து தொடர்ந்து ஐந்தாறு கடிதங்கள் வந்தன. அதன் பிறகு ஏனோ தெரியவில்லை அவள் எனக்குக் கடிதம் எழுதுவதை நிறுத்திக் கொண்டாள். அத்தைக்கும் எனக்குமான ஒட்டு வெறும் நினைவுகளோடு மட்டும் நின்று போகவில்லை. பல நேரங்களில் அவளின் அருகாமையை உணர்கிறேன். பாத்திரம் தேய்க்கும் போதும், அதை பளபளப்பாய்க் கழுவி எடுக்கும்போதும், அத்தை அருகில் இருப்பதுபோலவே இருக்கும். எனக்குக் கல்யாணம் ஆகி நாலு வருஷம் ஆயிடுச்சு. எத்தனை பேருக்குத்தான் நான் காரணம் சொல்வேன். என்ன விதி பலனோ தெரியவில்லை. எனக்கும் என் மீனாட்சி அத்தையைப்போலவே குழந்தை இல்லை.

நான் ஒரு மலடி. என்னை நானே அப்படிச் சொல்வது கொஞ்சம் விகாரமாகத்தான் இருக்கிறது. ஆனால் என் வீடும் ஊரும் என்னை அப்படித்தானே சொல்கிறது. அப்போ என் புருஷன் மலடனா என்று ஒருமுறை என் மாமியாரிடம் கேட்டதற்குத்தான் அவர் என்னை அடித்துவிட்டார். நேற்றுக் கூட மாமியார் அதைச் சொல்லித்தானே திட்டினார். "என்ன சாபம் வாங்குன குடும்பத்தில் பொண்ணு எடுத்து வந்தோமோ, வயித்துல ஒரு புழு பூச்சி தங்கமாட்டேங்குது, கேக்குற, பார்க்கிறவங்களுக்குப் பதில் சொல்ல முடியல". இது அத்தனையும் காதில் கேட்ட என் புருஷன் ஒரு வார்த்தை கூட மறுத்துக் பேசல. அப்போ அவரும் அந்தக் கருத்தில் உடன்படத்தானே செய்கிறார் என்று நினைக்கும் போது ஏற்பட்ட வேதனையை நான் எப்படிச் சொல்லுவேன். அந்தச் சமயங்களில் எல்லாம் எனக்கு மீனாட்சி அத்தைதான் ஆறுதல்.

என் அத்தையை அதிகம் நினைக்கும் சூழ்நிலைகளைச் சொன்னால் கேட்க விசித்திரமாகக்கூட இருக்கும். ஒவ்வொரு

மாதமும் தங்கிவிடாதா என்று காத்திருந்து ஏமாந்து போய் யாருக்கும் பதில் சொல்ல முடியாமல் சோர்ந்து படுக்கையில் துவண்டு கிடக்கும்போதெல்லாம் அத்தையின் நினைவு வரும். அவளின் நினைவுபோல ஆறுதல் தரும் அருமருந்து வேறு எதுவுமே எனக்கு இருந்ததில்லை.

நான் என் அத்தையோடு இருந்த காலங்களில் அவளுக்குத் திருமணம் ஆகிப் பதினைந்து ஆண்டுகளுக்கு மேல் இருக்கும். அவள் ஒருநாளும் தனக்குக் குழந்தை இல்லை என்று வருந்தி நான் பார்த்ததே இல்லை. அவளைப் போன்ற ஓர் உற்சாகமான மனுஷி இனி பிறந்தால்தான் உண்டு. அத்தையின் உற்சாகத்திற்கு மாமா குட்டிப்பிள்ளையும் ஒரு காரணம். அப்படியான ஓர் ஆதர்ச ஜோடியை அவ்வளவு சாதாரணமாக நாம் கண்டுவிட முடியாது. மாமா என்ன நினைக்கிறாரோ அவர் அதை நினைத்து முடிப்பதற்கு முன்பாகவே அத்தை அறிந்து கொள்வாள்.

உங்களுக்கு ஒன்று தெரியுமா நான் ஒவ்வொரு நாளும் என் மீனாட்சி அத்தையை நினைத்துக்கொண்டே காபி கலக்குகிறேன். ஆனால் ஒரு நாளும் அவளின் காபியைப் போல் என் காபி நுரைத்து மனம் வீசவில்லை. இந்த இருபது வருடத்தில் அத்தையை நினைக்காத நாள் என்று என் நினைவில் ஒரு நாளும் இல்லை என்றுதான் சொல்லுவேன். எத்தனையோ முறை அத்தையைப் பார்க்க வேண்டும் என்று ஆசை வந்தபோதெல்லாம் ஏதாவது ஒரு தடை வந்து முன்னாள் நிற்கும், பிறகு போய்க்கலாம் என்று தள்ளிக்கொண்டே போய், இத்தனை ஆண்டுகளைக் கடந்து விட்டேன். இன்று அவளைப் பார்ப்பதற்காகப் போய்க்கொண்டு இருக்கிறேன்.

இப்போ என் அத்தை பார்ப்பதற்கு எப்படி இருப்பாளோ தெரியவில்லை. அனேகமாக என் அத்தைக்கு வயசு எழுபது இருக்கும்னு நினைக்கிறேன். "குட்டி அண்ணனும் மீனாட்சி மதினியும் ஆளே மாறிட்டாங்க, இப்பல்லாம் அறுத்த கைக்குச் சுண்ணாம்பு வைக்க மாட்டேங்குறாங்க" என்று வெங்கட் மாமா ஒரு முறை சொன்னது நினைவுக்கு வந்தது. ஒருவேளை அத்தை, மாமாவின் குணம் வெங்கட் மாமா சொன்னதுபோல, காலச் சுழற்சியில் மாறிப் போய் இருக்குமோ? ச்ச்சே...அப்படியெல்லாம் மீனாட்சி அத்தை மாறக்கூடியவளா என்ன?

இப்போ அவளின் தோற்றம் எப்படி இருக்கும் என்று என்னால் கற்பனைகூடச் செய்து பார்க்க முடியவில்லை. என் அத்தைக்கு முடியெல்லாம் நரைத்துப் போய் இருக்குமோ? கண்பார்வை கூட எத்தனை தெளிவாய் இருக்கும் என்று என்னால் உறுதியாகச் சொல்ல முடியவில்லை.

ம்ம்ம்...

'நான் நினைக்கிறது மாதிரி அத்தை என்னை நினைப்பாளா?' இப்படி நான் பல நாள் நினைத்திருக்கிறேன். ஆனா எங்க அத்தை எல்லா நேரமும் எங்களத்தான் நினைச்சுக்கிட்டு இருப்பாள். அவளுக்குத்தான் வேற நினைவுகளே இல்லையே. இத்தனைக்கும் மீனாட்சி அத்தை எங்க அப்பா கூடப் பிறந்த சொந்த அக்காவும் கிடையாது. அப்பாவோட சித்தி பொண்ணு. ஒன்னுவிட்ட அத்தையா இருந்தாலும் எங்க மேல அவளுக்கு ஏன் இவ்ளோ பிடித்தம் என்று இப்ப வரைக்கும் எங்களுக்குத் தெரியாது. பேருந்து வேகமாகச் சென்றுகொண்டிருக்கிறது. சன்னல் வழியாக அந்த நெடுஞ்சாலையைப் பார்த்துக்கொண்டே வருகிறேன். சாலை நேர்த்தியாகப் போடப்பட்டுள்ளது. இதே சாலையில் அப்பாவோடு பயணித்த நினைவு வருகிறது. நான், அண்ணன், என் தம்பி எல்லாரும் பேசிக்கிட்டு, சிரிச்சுக்கிட்டு, மகிழ்ச்சியாக அத்தை வீட்டிற்குப் போவோம்.

இன்று நான் மட்டும் பயணிக்கிறேன். அதே சாலைதான் அன்றைக்கு இருந்த அதே குதூகல உணர்வு இன்றைக்கும் இருக்கத்தான் செய்கிறது. அதையெல்லாம் தாண்டிய ரண வலி மனது முழுவதும் பரவி வீங்கி, பெரும் வேதனையாக இருக்கின்றது. அத்தையின் நினைவுகளில் மட்டுமே அடைந்த ஆறுதல் எனக்கு இப்போது போதவில்லை. நேரில் பார்த்தால் தான் என் காயத்திற்குக் கடுகளவும் மருந்து கிடைக்கும் என்று தோன்றியதால் அத்தனை தடைகளையும் தாண்டி இன்று பேருந்து ஏறி விட்டேன். குழந்தை இல்லை என்பது என் தவறா? ஒவ்வொரு மாதமும் என்னை மட்டுமே பழி சொல்லி குத்திக் குதறி எடுக்கும் குடும்ப நபர்களை விட்டு எங்காவது சென்றுவிடவேண்டுமென்று தோன்றுகிறது. நாலு வருஷத்தையே என்னால் கடக்க முடியவில்லை. இத்தனை வருஷங்களை என் அத்தை எப்படிக் கடந்து வந்திருப்பாள்? ஆனால் அவள் காயப்பட்டதுபோல நான்

என்றுமே கண்டதில்லை. அது எப்படி நடந்தது என்று அவளைப் பார்த்ததும் நான் கேட்க வேண்டும். எனக்கு மனக் கஷ்டம் ஏற்பட்டபோதெல்லாம் நான் உன்னைத்தான் அதிகம் நினைத்தேன் என்று அத்தையிடம் கூற வேண்டும்.

நான் பேருந்து நிலையம் வந்தபோது கூமாபட்டிக்குப் போகும் வண்டி வருவதற்குக் குறைந்தது இரண்டு மணிநேரமாகும் என்று சொல்லிவிட்டார்கள். 'வேறு என்ன செய்வது?' என்று யோசித்துக் கொண்டிருக்கும்போது அங்கு நின்றிருந்த ஒரு பெரியவர் தான் இந்த யோசனையைக் கூறினார், "கான்சாபுரம் போற பஸ்ல ஏறி கூமாபட்டி விலக்கில் இறங்கும்மா!" என்று. அவர் சொன்னபடியே கான்சாபுரம் பஸ்ல ஏறி வசதியான ஜன்னல் ஓர இருக்கையில் அமர்ந்து கொண்டேன். பேருந்து மதுரையைக் கடந்து நெடுஞ்சாலையில் வேகம் எடுத்து செல்கிறது. இன்னும் ஒரு மணி நேரத்தில் கூமாபட்டி விலக்கு வந்து விடும்.

அத்தையும் மாமாவும்தான் அந்த வீட்டில் இருப்பார்கள். மீனாட்சி அத்தை ஒன்றும் பெரிதான வசதி படைத்தவள் கிடையாது. மாமா விவசாய வேலை பார்த்துக்கொண்டிருந்தார். அத்தை இட்லி மாவு அரைச்சு விற்பாள். குட்டிப்பிள்ளை மாமாவை நினைக்கும்போதெல்லாம் மனசு நிறைந்து போகும். அவருக்கு வரக்கூடிய சொற்ப வருமானத்திலும் எந்த முகச்சுளிப்பும் இல்லாமல் எங்களுக்குத் தேவையானதை வாங்கிப் போட்டுக் கொண்டே இருப்பார். எங்க மாமா ரொம்ப சுவாரஸ்யமான மனிதர். எப்போது பார்த்தாலும் மாமாவிடம் ஆலோசனை கேட்பதற்கு இரண்டு மூன்று பேர் மாமாவைச் சுற்றி இருப்பார்கள். மாமா எங்க அப்பாவுக்கு எழுதும் கடிதம்தான் சுவாரசியத்தின் உச்சம். அந்தக் கடிதத்தை நினைத்தாலே அவ்வளவு மகிழ்ச்சியா இருக்கும். இப்போதுகூட ஒவ்வொரு வார்த்தையும் மறக்காமல் இருக்கிறது என்றால் பாருங்களேன்.

'அன்புள்ள மச்சினருக்கு, அன்புடன் மாமா குட்டி வேலுப்பிள்ளை எழுதுவது,' இப்படித்தான் அந்தக் கடிதம் தொடங்கும். 'இங்கு நானும் அக்காவும் நலம். அதுபோல் அங்கு நீங்கள் பிள்ளைகள் எப்படி இருக்கீங்க?' கான்சாபுரத்தில் பலாப்பழத்துக்குச் சொல்லி வச்சிருக்கேன். வருகிற ஞாயிற்றுக்கிழமை அருளாச்சி துரு பஸ்ல போட்டு விடுறேன். தேங்கா நெத்து பத்து இருக்குது. அடுத்த

வாரம் சோடாக் கம்பெனிக்கார நாராயணன் குலதெய்வம் கோவிலுக்குப் பெருமத்தூர் போறான், அவன்கிட்டக் கொடுத்து விடுகிறேன். ரேடியோ மக்கர் பண்ணுது. அது ரிப்பேர் பாக்கணும். முடிஞ்சா அந்த ரேடியோவையும் கொடுத்து விடுகிறேன். பிள்ளைகளுக்குப் பரீட்சை எப்ப முடியுது?. வர்ற பங்குனியில் மூணாம் செவ்வாய் முத்தாலம்மன் கோவில் பொங்கலுக்கு கொடி கட்டுறோம். நீங்க எல்லாரும் வாங்க. மகேஷுக்குக் காய்ச்சல் இருந்ததே, இப்ப பரவாயில்லையா? கிரைண்டரில் கி கி டர் டர், ன்னு சத்தம் வந்துகிட்டே இருக்கு. மழை, தண்ணி பரவால்ல அங்க மழை எல்லாம் எப்படி? பழம் கிடைச்ச உடனே பதில் கடிதம் போடவும்.

பாசத்துடன் மாமா

கே.கே. குட்டி வேலுப்பிள்ளை.

இப்படியாக அந்தக் கடிதம் முடியும். பாசக்கார மாமா. அவருக்கு ரேடியோ கேட்பதுதான் பெரிய பொழுதுபோக்கு. பழைய ரேடியோ என்பதால் அது அவ்வப்போது மக்கர் பண்ணும். எங்க மாமா ரேடியோ விஷயத்தில் யாரையும் நம்ப மாட்டாங்க. எங்க அப்பாவிடம்தான் அதை ரிப்பேர் பண்ணக் கொடுப்பாங்க. அப்படி ரேடியோவைக் கொடுத்துவிடத் தோதுப் படவில்லை என்றால் அப்பாவே பஸ் ஏறிப்போய் ரேடியோவையும் கி கி.. டர்..டர்ன்னு சத்தம் போடும் கிரைண்டரையும் சரிசெய்து கொடுத்துவிட்டு வருவாங்க. அதுக்காக எங்க ஊரும் எங்க மாமா ஊரும் பக்கத்துப் பக்கத்து ஊரு என்று நினைத்துவிடாதீர்கள். எங்க ஊருக்கும் மாமாவோட ஊருக்கும் குறைந்தது ஐம்பது கிலோமீட்டர் தூரமாவது இருக்கும். ஆனாலும் எங்க அத்தையும் மாமாவும் தேங்காயிலிருந்து பலாப்பழம் வரைக்கும் யாரிடமாவது கொடுத்து விடுவார்கள். எந்தப் பேருந்திலாவது சொல்லிப் போட்டு விடுவார்கள். அப்படி ஓர் அன்பை அதற்குப் பிறகு வேற எந்த உறவிடமிருந்தும் நாங்கள் உணரவில்லை.

எங்க மாமா குட்டிவேலுவுக்கும் மரம், செடி, கொடிகளுக்கும் இருக்கும் பிணைப்பும் உறவும் எங்களுக்குப் பார்ப்பதற்கு ஆச்சரியமா இருக்கும். மாமாவுக்கு மட்டும்தான் செடிகளின் சத்தம் கேட்கும். அவரை பார்க்கும்போது மட்டும் எல்லா செடிகளும் உற்சாகமாய்த் தலையாட்டிச் சிரிப்பதுபோல எனக்குத் தோன்றும்.

வீட்டின் பின்புறம் பெரிய அளவில் தோட்டம் அமைத்திருந்தார். அவர் ஓய்ந்திருக்கும்போதெல்லாம் பெரும்பான்மையான நேரங்கள் அந்த தோட்டத்திற்குள்தான் அலைந்து திரிவார். ஒவ்வொரு செடிக்கு அருகேயும் அமர்ந்து மௌனமாய் எதையோ பேசிக்கொண்டிருப்பார். அந்தச் செடிகளும் அவரின் மௌன மொழிகளைப் புரிந்ததுபோல அசைந்து தலை சாய்த்து அவரின் முகத்தோடு உரசி கொஞ்சிக் குழாவிக்கொண்டிருக்கும். ஒரு நாள் அவர் திருநெல்வேலிக்கு ஒரு வேலையாக சென்று விட்டு இரவில் நெடுநேரம் கழித்து வந்தார். அனேகமாக மணி ஒன்பது இருக்கும் என்று நினைக்கிறேன் நேரே வீட்டிற்குள் வருவதற்குப் பதிலாக அவர் கொல்லைப்புரத்திற்குச் சென்று ஒவ்வொரு மரத்தையும் செடியையும் கொடியையும் தொட்டுப் பார்த்துக்கொண்டிருந்தார். அத்தைக்கு அது பயத்தைத் தந்தது. கொல்லைப்புறத்தில் பாம்பு நடமாட்டம் இருக்குதுன்னு எத்தனை முறை சொல்றது? ஏன் காலையில போய் அதுகளப் பார்த்தா குறைஞ்சா போய்விடும். இல்ல, இவங்கள ஒரு நாள் பாக்கலன்னு அதுக காஞ்சி தான் போயிடுமா? இப்படி இந்த இருட்டுக்குள்ள போயி செடி, கொடிக்குள்ள நிக்கலன்னு யாரு அழுதா? கொஞ்சம்கூட இந்த மனுஷனுக்குப் புத்தியே இல்லை" என்று வீட்டிற்குள் இருந்துகொண்டே புலம்புவதில் மட்டுமே ஆறுதல் அடைந்து கொள்ளுவாள். மாமா வீட்டிற்குள் வந்த பிறகு ஒரு வார்த்தை வாய் திறந்து பேச மாட்டாள். மாமாவும் அத்தையை ஒரு வார்த்தைகூட நீ என்று சொல்ல மாட்டார். எனக்குத் தெரிந்து மாமா அவருடைய வாழ்நாளில் அதிகம் உச்சரித்த வார்த்தை மீனா. இப்பவும் அவங்க ரெண்டு பேரும் அப்படித்தான் இருப்பாங்களோ இல்ல, காலம் அவங்களை மாத்தி இருக்குமா? இப்படிப் பல யோசனைகளுக்கு மத்தியில் நான் என் அத்தையைப் பார்ப்பதற்காகப் பயணம் செய்துகொண்டிருக்கிறேன்.

ஒவ்வொரு வருடமும் கோவில் கொடைக்கு மட்டும் அத்தை எங்க ஊருக்கு வருவாள். அப்போதெல்லாம் அம்மா அத்தையை பலமாய் கவனித்துக் கொள்வாள். எனக்குப் பத்துப் பன்னிரண்டு வயது இருக்கும்போது அந்த வருடக் கோயில் கொடைக்கு அத்தை ஊருக்கு வந்திருந்தாள். அம்மாவுக்கு என்ன மனக் கஷ்டமோ தெரியவில்லை, அத்தை வந்தபோது ஒழுங்காக வரவேற்கவில்லை. அது அத்தைக்கு வருத்தத்தைத் தந்து விட்டது போலும். நான்

வீட்டிற்குள் இருந்த சிறிய படுக்கையறைக்குள் தூங்கிக்கொண்டிருந்தேன். திடீரென்று வாசல் கதவு திறக்கும் சத்தம் கேட்கவே, படுத்திருந்த நான் எழுந்து யார் என்று பார்த்தேன். “மகேஸ்வரி! நான்தாண்டிம்மா!” என்ற பதில் வந்தது. நான் பாதித் தூக்கத்தில் இருந்தேன். வந்திருப்பது அத்தைதான் என்று தெரிந்ததும் துள்ளி எழுந்தேன். நான் கோயில் கொடை அதுவுமாக ஜுரம் கண்டு படுத்திருந்தேன் என்று அப்பா அத்தையிடம் சொன்னார். “அத்தையைப் பார்த்ததும் ஜுரம் எல்லாம் பறந்து போச்சு போல” என்று கேட்டுக்கொண்டு அம்மா காப்பி டம்ளருடன் வந்தாள்.

“மகேஸ்வரி உடம்பு எப்படி இருக்கிறது?” என்று கேட்டுக் கொண்டே உள்ளே என் படுக்கையின் அருகே வந்தாள் அத்தை. “இப்போ காய்ச்சலுக்கான எந்த அறிகுறியும் தெரியவில்லையே?” என்று அப்பா சொல்லி முடிப்பதற்குள், “நான் நல்லா இருக்கேன் அத்தை!” என்று துள்ளிக் குதித்து அத்தையின் அருகே ஓடினேன். அம்மா அத்தையைச் சரியாக வரவேற்கவில்லை என்று அத்தை என் தம்பிக்கு எழுதிய கடிதத்தின் மூலம்தான் நாங்கள் எல்லோரும் தெரிந்து கொண்டோம். அதற்காக பின்னாளில் அம்மா வருத்தப்பட்டபோதும் அத்தையின் மனதில் அது கொஞ்சம் சங்கடத்தை ஏற்படுத்தியது என்னமோ உண்மைதான்.

பேருந்து கிருஷ்ணன்கோவிலைக் கடந்து சென்று கொண்டிருக்கிறது. இன்னும் கொஞ்ச நேரத்தில் அத்தையின் ஊர் வந்துவிடும். எங்கே இறங்கி எப்படிப் போக வேண்டும் என்பது எனக்கு நினைவில் இல்லை. அந்த ஊருக்கு வந்து இருபது வருடமாயிடுச்சு இல்லையா? பிறகு எப்படி நினைவில் இருக்கும். இப்ப ஊர் எப்படியெல்லாம் மாறி இருக்குமோ தெரியல. அத்தையும் மாமாவும் அதே வீட்லதான் இருப்பாங்களான்னு கூட எனக்குத் தெரியல. எதையும் யார்கிட்டயும் விசாரிக்காமல் எந்த நம்பிக்கையில பேருந்து ஏறினேன் என்று எனக்கே புரியல. இப்போதைக்கு எனக்கு தேவைப்படுறதெல்லாம் ஒரு பெரிய ஆறுதல். அது என் அத்தை மூலமா மட்டும்தான் கிடைக்கும், அப்படின்றது என்னோட நம்பிக்கை. என்னையக் குறுக்கு விசாரணை செய்யாம என் வலியை உணர்ந்துகொள்வதற்கு ஒரு மனுஷி வேணும். கிட்டத்தட்ட கூமாபட்டி விலக்கை நெருங்கி விட்டேன். ஆனால் எங்கே இறங்க வேண்டும் என்று எனக்கு

சரியாக நினைவில்லை. அதே கோயில், அதே வீடுகள், அதே மரங்களோடு ஊர் என்னை வரவேற்கின்றன. பெரிதாக எதுவும் மாறியதுபோல எனக்குத் தோன்றவில்லை. இந்த ஊரில்தான் எனக்கான ஆறுதல் இருக்கிறது என்ற நம்பிக்கையில் பேருந்தில் இருந்து இறங்கி வீட்டை நோக்கி நடக்கத் தொடங்கினேன். கோடை விடுமுறைக்கு வரும்போது அத்தையோடு சில நாட்கள் தோட்டத்திற்குச் சென்று வந்த நினைவு இப்போதும் பசுமையாக இருக்கிறது. அத்தையின் கால் தடத்தின் மீது நடப்பது மட்டுமே எங்களுக்கு அந்த நேரத்தில் பெரும் விளையாட்டு. நான், என் தம்பி, அண்ணன் மூவரும் ஒருவர் பின் ஒருவராக அத்தையின் வழித்தடத்தில் கால் ஊன்றி நடந்துகொண்டே இருப்போம் கொஞ்சம் பிசிறினாலும் ஒருத்தரை ஒருத்தர் கேலி செய்து கொள்வோம்.

மூச்சை நல்லா இழுத்து ஆழமாக ஒரு பெருமூச்சு விட்டுக் கொண்டேன். இத்தனை வருஷத்தில் ஒரு நாள்கூட அத்தையை வந்து பார்க்கவில்லை என்ற குற்ற உணர்வு அவ்வப்போது எனக்கு எழத் தொடங்கியது. 'யாராவது தெரிந்தவர்கள் பார்த்தால் என்ன சொல்வது?' என்று யோசித்துக்கொண்டே நடந்தேன்.

"இவ்வளவு நாளா எங்க போயிருந்தீங்க தாயீ இப்பதான் உங்கள் அத்தையின் நினைவு வந்துச்சா?" என்று எவரேனும் கேட்டு விடுவார்களோ என்ற பயத்தில் தயங்கியபடியே வீட்டை நோக்கி நடந்து கொண்டிருந்தேன். காடு கரைக்குச் சென்ற ஜனக்கூட்டம் இன்னும் ஊர் திரும்பவில்லை. தெரு வெறிச்சோடித்தான் கிடந்தது. எதிரே அத்தையின் வீட்டுக்குப் பக்கத்தில் இருக்கக்கூடிய அங்கம்மாள் பாட்டி நடந்து வந்தாள். நான் அவளை அடையாளம் கண்டு கொண்டேன். அவளுக்கு என்னைத் தெரியவில்லை கண்களைச் சுருக்கி கைகளால் வெயிலுக்கு குடை பிடித்துக் கொண்டு என்னை யார் என்று உற்றுப் பார்த்தாள்.

"யாரு தாயீ? ஊருக்கு புதுசா இருக்கே?" என்றாள். "மீனாட்சி அத்தை மருமகள் மதுரையில் இருந்து வாரேன்" என்று சொன்னதும் அங்கம்மாக் கிழவிக்குப் புரிந்து விட்டது.

"கணபதி மகளா?" என்று கேட்டாள்.

நான் "ஆமாம்" என்று தலையசைத்தேன்.

அவள் என்னை அடையாளம் கண்டுகொண்டதைவிட வேறு எந்தக் கேள்வியும் என்னைக் கேட்கவில்லை என்பதில் நான் மிகுந்த மகிழ்ச்சி அடைந்தேன். "அத்தை வீட்டில் இருக்கிறார்களா?" என்றதும் "போ போ. அவ அந்த வீட்டை விட்டு எங்க போயிடப் போறா? அங்கதான் இருக்கா, போய்ப் பாரு" என்று சொல்லிக் கொண்டே நடையைக் கட்டினாள். இதோ வீட்டை நெருங்கி விட்டேன். வீட்டின் முன்புற கேட் திறந்தே இருந்தது. 'ஒருவேளை அத்தைக்கு நான் வருவது தெரிந்திருக்குமோ?' என்று நினைக்கும் போது எனக்குச் சிரிப்புத்தான் வந்தது. 'அத்தை' என்று கூப்பிட்டுக் கொண்டே வீட்டிற்குள் நுழைந்தேன். வீடும் திறந்தே கிடந்தது. அத்தையைக் காணவில்லை. வீட்டின் முகப்புத் தோற்றத்திலும் சுற்றுப்பகுதியிலும் எந்த மாற்றமும் இல்லை. அத்தனை செடி கொடிகளும் அதே உயிர்ப்போடு, அதே மகிழ்ச்சியோடு தளதளன்னு தலையாட்டிக் கொண்டிருந்தன. வீட்டைச் சுற்றி நிறைய வேப்பமரங்கள் புதிதாய் வளர்ந்து இருந்தன. வேப்பமரத்தில் கொத்துக்கொத்தாய்க் காய்கள் காய்த்துத் தொங்கின. வேப்பம்பழம் தின்பதற்காக குருவிக்கூட்டம் மரத்தில் ஏகமாய் கீச்சிட்டுக்கொண்டிருந்தது.

அத்தையைக் கூப்பிட்டுக் கொண்டே பின்புற வாசல் வழியாக கொல்லப்புறம் வந்து சேர்ந்தேன். அங்கே மாமா அன்று பார்த்தது போலவே வெள்ளை வேஷ்டி, சட்டை போட்டு சிவப்புத் துண்டை தலையில் கட்டிக்கொண்டு புதிதான ஒரு மாங்கன்றை நட்டுக்கொண்டிருந்தார். கிணற்றடியில் அத்தையின் சத்தம் கேட்டுத் திரும்பினேன், மஞ்சள் நிறத்தில் அரக்கு நிற பாடர் போட்ட சேலையில் அத்தை இன்னும் கூடுதல் அழகோடு காட்சியளித்தாள். கிணற்றடியில் அடுப்புக்கூட்டி பெரிய பானையில் சமைத்துக் கொண்டு இருந்தாள். நான் வருவதை முன்னே தெரிந்து கொண்டாளோ? என்று ஆச்சரியம் மேலோங்க 'அத்தை' என்று அழைத்தேன். திரும்பிப் பார்த்தவள் அப்படியே உறைந்து போனாள் "மக்களே மகேஸ்வரி!" என்று ஓடி வந்தாள். எனக்கு அத்தையைப் பார்த்ததும் கண்களில் கண்ணீர் நிரம்பி வழியத் தொடங்கியது. அவள் என்னை கட்டிக்கொண்டபோது என் மனதில் இருந்த அத்தனை ரணங்களும் ஆவி ஆகி மேலே போவதைப் போல் உணர்ந்தேன். சத்தம் கேட்டு மாமாவும் வந்து விட்டார். இருவருக்கும் என்னைப் பார்த்ததில் அத்தனை மகிழ்ச்சி. ஏன்

இத்தனை நாள் எங்களைப் பார்க்க வரவில்லை என்று எந்த தர்ம சங்கடமான கேள்வியையும் அவர்கள் என்னைக் கேட்கவில்லை. வீட்டிற்குள் அழைத்துப் போனாள். அத்தைக்கு வயசே ஆகவில்லை. மாமாவுக்கும்தான். அவர்கள் இருவரும் புதுமணத் தம்பதியைப் போல் பூரிப்போடு இருந்தார்கள். "குளித்து ஆடை மாற்று தாயீ அதற்குள் சாப்பாடு ரெடி ஆகிவிடும்" என்று சொல்லிவிட்டு அத்தை சமைப்பதில் மும்முரமானாள்.

நான் குளித்து தலை துவற்றிக்கொண்டே வெளியே வந்தேன். அதே காபி வாசனை என் மூக்கைத் துளைத்தது. புது உற்சாகம் எனக்குள் ஊற்றெடுத்துக்கொண்டிருந்தது. நான் கிணற்றடிக்கு வந்து சேர்ந்தேன். சோற்றுப்பானை தண்ணீர் வடிந்தபடி ஒரு பக்கம் கவிழ்ந்திருந்தது. அதே விறகு அடுப்பில் சாம்பார் கொதித்து மனம் பரப்பிக்கொண்டிருந்தது. அத்தையின் கையில் மட்டும் அப்படி என்ன மாயாஜாலம் இருக்குமோ தெரியவில்லை, அவள் தொட்டாலே அத்தனையும் ருசிக்கிறது. மணக்கிறது. கிணற்றடியில் நின்றுகொண்டு அத்தையிடம் பேசிக்கொண்டே பார்வையை உலாவ விட்டேன். வேப்பமரத்தடியில் இளம்பெண் ஒருத்தி கைக்குழந்தையோடு வேப்பம்பழங்களைப் பொறுக்கிக் கொண்டிருந்தாள். சிறிய பெட்டியில் நிரப்பி நிரப்பி அருகே இருந்த பையில் கொண்டுபோய்க் கொட்டிக்கொண்டிருந்தாள். அத்தை எதையோ கேட்டுக் கொண்டே இருக்க... என் கவனமெல்லாம் அந்த இளம் பெண்ணின் மீதும் அந்தக் குழந்தையின் மீதுமே முழுசாய் அண்டிக் கிடந்தது. அந்தக் குழந்தை கொஞ்ச நேரத்தில் வீறிட்டு அழத் தொடங்கியது. அந்தப் பச்சிளம் குழந்தை ஊர்ந்து வந்து அவளின் மடியின் மீது ஏறியது. அவள் மிகுந்த சலிப்புடன் அந்தக் குழந்தையைத் தள்ளிவிட்டுக்கொண்டே இருந்தாள். குழந்தை பசியில் அலறிக்கொண்டிருந்தது. மீனாட்சி அத்தை தூரத்திலிருந்து அதைக் கவனித்தவள் "ஏன்டியம்மா பிள்ளைக்குக் கொஞ்சம் பசியாத்திட்டு பிறகு உன் வேலையைப் பாரு. யார் எடுத்துட்டுப் போகப்போறாங்க? எல்லா வேப்பங்கொட்டையும் உனக்குத்தான். முதல்ல பிள்ளைக்கு பசியாத்து" என்றாள்.

"எல்லாம் குடுத்துட்டேன்ம்மா! நல்ல மடக் மடக்குன்னு குடிச்சிட்டுதான் கத்துது" என்றாள் அந்த இளம் பெண். என்னிடம் பேச்சுக் கொடுத்துக்கொண்டே மீனாட்சி அத்தை தட்டு நிறையச்

சோறு போட்டு மணக்க மணக்கச் சாம்பார் ஊத்தி நேராக் கொண்டு போய் "முதல்ல சாப்பிடு, நீ சாப்பிட்டாத்தானே பால் ஊறும். சாப்பிடாம வெறும் வயித்துல நீ கிடந்தா புள்ளைக்கு எப்படிப் பால் வரும்? வெறுமனே சப்ப விட்டா பால் வராது, ரத்தம்தான் வரும். இந்தாப் பிடி" என்று தட்டை நீட்டினாள்.

கண்கள் நிறையக் கண்ணீரோடு அந்த இளம்பெண் அத்தையைக் கைகூப்பி வணங்கினாள். அப்போதுதான் எனக்குப் புரிந்தது பெரிய சோற்றுப் பானையின் ரகசியம். இருப்பவளுக்கு ஒரு பிள்ளை, இல்லாதவளுக்கு ஊரெல்லாம் பிள்ளைகள் என்று நான் நினைத்துக்கொண்டிருக்கும்போது, அத்தை ஒரு தேவதையைப்போல நடந்து வந்துகொண்டிருந்தாள்.

8

பூரணச்சந்திரன்

ரோட்டின் ஓரமாய் நடைமேடையில் சுருண்டு கிடந்தான் பூரணச்சந்திரன்.

பசியும் தாகமும் சேர்ந்து அவன் உடம்பில் ஒட்டியிருந்த உயிரை இற்றுப்போகச் செய்திருந்தது.

அது மதுரையின் பிரதானச் சாலை. ஆண்களும் பெண்களும் அவனைக் கடந்து போய்க் கொண்டே இருந்தார்கள். அவர்களில் ஒருவர்கூட பூரணச்சந்திரனைத் திரும்பிப் பார்க்கவும் இல்லை. ஏன் படுத்திருக்கிறான் என்று காரணம் தேடவும் இல்லை. அவரவர்களுக்கு ஆயிரம் வேலை இருக்கத்தானே செய்யும்? யார் உயிரோடு இருந்தால் என்ன? யார் செத்தால் என்ன? இங்கு ஒருவரும் கவலைப்படப் போவதில்லை. எதை நோக்கியோ ஓடிக்கொண்டே இருக்கிறார்கள்.

உண்மையில் அவன் கிறங்கிக்கிடந்தானா அல்லது தூங்கிக் கொண்டிருந்தானா என்று எனக்கும் தெரியவில்லை.

ஒருவேளை பல இரவுகள் தூங்காத தூக்கத்தையும் சேர்த்து வைத்து அவன் தூங்குகிறானோ என்னவோ? நாய் ஒன்று பூரணச்சந்திரன் அருகில் வந்தது.

அவன் தலையை முகர்ந்து பார்த்து விட்டு முகத்தை நாக்கால் நக்கத்தொடங்கியது. சில்லென்று ஈரம் பட்டதும், அவன் தூக்கம் கலைந்து கண் விழித்தான்.

மிக அருகில் நாயின் முகத்தைப் பார்த்தவன், “ஐய்யோ... அம்மா...” என்று பதறிப்போய் எழுந்தான்.

அவன் வேகமாய் எழுவதைக்கண்ட நாய் திடுக்கிட்டு ஓடித் தூரமாய் நின்று, “வவ்... வவ்” என்று குரைத்தது. நடந்து சென்றவர்கள் திடீரென்று நாய் குரைப்பதைப் பார்த்ததும் நின்று வேடிக்கை பார்க்கத் தொடங்கினர். நாயை எப்படிப் பார்த்தார்களோ, அதே பார்வை மாறாமல் பூரணச்சந்திரனையும் பார்த்தார்கள். நாய்

தூரமாய்ப் போனதும் அவன் எழுந்து நாயைத் திரும்பி திரும்பிப் பார்த்துக்கொண்டே நடந்தான்.

ரயில் நிலையத்தை ஒட்டி இருந்த பேருந்து நிறுத்தத்தை வந்தடைந்தான். உட்கார்ந்தான். தாகமாய் இருந்தது.

தாகத்தால் நாக்கு வறண்டு உள்ளே இழுப்பதுபோல் உணர்ந்தான். இத்துனூண்டு நாக்கு, ஆனால் இன்று மிக அடர்த்தியாய் மாறிக் கனமாய் இருப்பதைப்போல உணர்ந்தான்.

“தம்பி...” குரல் கேட்டு நிமிர்ந்தவனின் முன்பாக வயதான தாத்தா ஒருவர் நின்றிருந்தார்.

“இந்தப் பெட்டியை ரயில் நிலையம் வரை தூக்கி வர்றீயா? ஐந்து ரூபாய் தருகிறேன்” என்றார்.

'ஐந்து ரூபாய்க்கு இரண்டு பாக்கெட் தண்ணீர் வாங்கலாம்' என்ற நினைவே அவனுக்குத் தாகம் தீர்ந்ததுபோன்ற எண்ணத்தை ஏற்படுத்தியது. பெட்டியைத் தலையில் தூக்கிக்கொண்டு நடக்கத் தொடங்கினான். பசியால் தளர்ந்துபோன கால்கள் புதுத் தெம்புடன் வேகமெடுத்து நடை போட்டன. ரயில் நிலையம் வந்தடைந்தனர். முதன்முதலில் ரயில் நிலையத்திற்கு வந்த பூரணச்சந்திரனுக்கு எல்லாம் வியப்பாயிருந்தது. பல பாஷைகளைப் பேசிக்கொண்டு கூட்டம் கூட்டமாக மனிதர்கள் அலைந்து திரிந்தார்கள். நடைமேடையை ஒட்டி வரிசையாய் கடைகள் இருந்தன. உணவுப்பொட்டலங்களை ஏந்தியபடி இட்லி... வடை.... பொங்கல்...என்று கூவிக்கொண்டே செல்லும் விற்பனையாளர்களைப் பார்த்ததும், தலையில் இருக்கும் பெட்டியைத் தொப்பென்று கீழே போட்டுவிட்டு, அவர்களின் காலில் விழுந்தாவது ஒரு சோற்றுப்பொட்டலத்தை வாங்கிவிட ஆசை வந்தது. ஏதோ ஒன்று அவனைத் தடுத்து நிறுத்தியதால் அவன் அதை ஏக்கத்துடன் பார்த்தபடியே கண்களால் பசியாறிக் கொண்டான்.

ஒவ்வொன்றையும் வேடிக்கை பார்த்துக்கொண்டே தலைச்சுமையுடன் நடந்துகொண்டிருந்தான். அவனைப் பின்தொடர்ந்து அந்தப் பெரியவரும் சென்று கொண்டிருந்தார்.

"ஆஹா! தண்ணீர்" என்று கத்தினான்.

"என்ன தம்பி" என்றார் அந்தப் பெரியவர்.

"ஒன்றுமில்லை?" என்று அவசரமாய் பெட்டியை இறக்கினான். அவர் ஐந்து ரூபாயைக் கையில் திணித்தார். அவன் அதை வாங்கிக் கொண்டு, தண்ணீர்க் குழாயை நோக்கி ஓடினான். வயிறு முட்ட 'மடக் மடக்' என்று குடித்தான். தொண்டைக்குழிக்குள் ஈரம் பட்டு உயிர் சில்லிட்டது. கண்களை மூடிக்கொண்டு அப்படியே நின்று விட்டான். அவன் உடம்பிற்குள் ஒவ்வொரு பகுதியாய் ஈரம் படர்ந்துகொண்டிருந்தது. புதுத்தெம்பு அடைந்தான். ரயில் நிலையத்திற்கே உரிய பரபரப்பில் யாருமே இவனைக் கவனிக்கவில்லை. 'டீ... காப்பி... டீ... காப்பி...' என்ற சத்தம் அவனின் நாக்கில் எச்சிலை ஊறச்செய்தது. ரயில் நிலையத்தில் மக்கள் கூட்டம் நிரம்பி வழிந்தது. மினுமினுப்பாய் அலைந்து திரியும் மக்கள் எதையோ எதிர்பார்த்துத் தேடியபடியே இருந்தனர். பக்கத்தில் இருந்த கடைக்குச் சென்றான். நிறைய பத்திரிகைகள் தோரணம்போல தொங்கிக்கொண்டிருந்தன. தீனி டப்பாக்களைப் பார்த்தான். பக்கத்தில் சென்று ஐந்து ரூபாயைக் கடைக்காரரிடம் நீட்டினான்.

"என்னப்பா வேணும்?"

"பசிக்குது".

பிஸ்கட் பாக்கெட் ஒன்றினைக் கொடுத்தார் கடைக்காரர். வேகமாய் அதை வாங்கிக்கொண்டு ஓடோடிப் போய் நடைமேடையில் இருந்த இருக்கையில் அமர்ந்து அவசர அவசரமாய் அதனைப் பிரித்துத் தின்றான்.

பூரணச்சந்திரன் பன்னிரண்டு வயதுக் குழந்தை. அவனுண்டு அவன் வேலையுண்டு என்று இருப்பவன். இந்தப் பன்னிரண்டு ஆண்டிற்குள் அவன் அனுபவித்த சித்ரவதையை விவரிக்கவே பெரிய மனோதிடம் வேண்டும்.

பிஸ்கட்டைத் தின்றுவிட்டு வயிறு முட்டத் தண்ணியைக் குடித்தான். அடுத்து என்ன செய்வது என்றே அவனுக்குத் தெரியவில்லை. ஒன்று மட்டும் என்னால் நிச்சயமாக சொல்ல முடியும். ரயில் நிலையத்திலிருந்து போக வேண்டும் என்ற எண்ணம் மட்டும் அவனுக்குத் துளியும் வரவே இல்லை. வந்து போகும் மனிதர்களை வேடிக்கை பார்த்துக்கொண்டிருந்தான்.

"என் செல்லக்குட்டி! இந்த ஒரு வாய் மட்டும் வாங்கிக்கோ. தங்கப்பிள்ளதானே... அம்மா சொன்னாக் கேளுப்பா!"

“வேண்டாம்மா... போதும்".

"இதுதான் கடைசி வாய்...சாப்பிடுப்பா... " என்று அம்மா ஒருத்தி பூரணச்சந்திரன் வயதை ஒத்த ஒரு பையனுக்குச் சோறு ஊட்டிக்கொண்டு இருக்கும் காட்சியைப் பார்த்தான். அவனுக்கு அவன் அம்மாவின் நினைவு வந்தது. பூரணச்சந்திரன் தொலைத்துவிடாமல் சுமந்து திரியும் விலைமதிப்பற்ற ஒரே சொத்து அவன் அம்மாவின் நினைவும் அவளின் வாசனையும் மட்டுமே. அம்மாவை எப்பொழுதெல்லாம் நினைக்கிறானோ அப்பொழுதெல்லாம் அவளின் வாசனை பூரணச்சந்திரனின் நாசியில் ஏறி, கண்ணுக்குள் அயற்சியை ஏற்படுத்தி, அவனை அப்படியே நினைவிழக்கச் செய்துவிடும்.

அவன் நினைவில் மிதந்து அம்மாவை நோக்கிப் பறந்து கொண்டிருந்தான். அப்பாவின் வருகைக்காகக் காத்திருந்தாள் அம்மா. எப்பொழுதும் அம்மாவை அண்டிக்கிடப்பதே பூரணச் சந்திரனின் இயல்பு. அன்றும் அப்படித்தான். அம்மாவிடம் மிக நெருக்கமாய் அமர்ந்து அவளின் மேல் சாய்ந்து, விட்டத்தை வேடிக்கை பார்த்துக்கொண்டிருந்தான்.

அப்பா கொம்பையா பெருங்குடிகாரன். தினமும் குடித்துவிட்டு வந்து அவனின் அம்மா சரஸ்வதியை அடிப்பதே கொம்பையாவின் பெரிய பொழுதுபோக்கு. வீட்டிற்குள் வந்து பத்து நிமிடங்கள் கூட ஆகியிருக்காது. உடனே தடால் புடால் என்று அனைத்தையும் தூக்கி வீசினான் கொம்பையா.

"அடியே! சரஸ்வதி! பைல இருந்த காசை எடுத்தியா?"

குடிபோதையில் ஊர் வெடிக்கக் கத்தும் புருஷனைப் பார்க்கவே சரஸ்வதிக்குப் பயமாய் இருந்தது. அவள் தயக்கத்துடன் அவன் முன்பாக வந்து நின்றாள். "நான் பார்க்கலைங்க!" என்றாள். "பரிசிகெட்ட முண்ட.... என்கிட்டயே பொய் சொல்றியா?"

என்று இழுத்துப் போட்டு முதுகில் பெல்ட்டால் அடிக்கத் தொடங்கினான். அடி தாங்க முடியாமல் அவள் அலறினாள். அவளோடு சேர்ந்து பூரணச்சந்திரனும் அலறினான். அப்பாவின் கால்களைப் பிடித்துக்கொண்டான்.

"அம்மாவை அடிக்காதீங்க. விடுங்கப்பா. அப்பா! ப்ளீஸ்ப்பா, அம்மாவை அடிக்காதீங்கப்பா. விடுங்கப்பா!" என்று கதறியபடியே கெஞ்சிக்கொண்டிருந்தான். குடிகாரப்பாவிக்கு குழந்தையின் குரல்

கேட்கவே இல்லை. அவன் சரஸ்வதியை மூர்க்கமாய்த் தாக்கிகொண்டிருந்தான். இடைஞ்சலாய் காலைப் பிடித்து கொண்டிருக்கும் பூரணச்சந்திரனை ஓர் உதை உதைத்துத் தள்ளினான். அதுவரை பொறுமையாக இருந்தவளுக்குத் தன் மகனைத் தாக்கியதும் எங்கிருந்துதான் அவ்ளோ வீராவேசம் வந்தது என்று தெரியவில்லை. அவள் ஆவேசமாய் நிமிர்ந்து, "ஏன்டா நாறக்கூதி மவனே! சாவுடா நாயே" என்று இரண்டு கைகளாலும் அவனுடைய பிறப்புறுப்பைக் கொத்தாகப் பிடித்து ஒரே நசுக்காக நசுக்கினாள். அவனுக்கு வலியில் மயக்கமே வந்து விடும்போல இருந்தது. அந்த இடைவெளியில் தன் மகன் பூரணச் சந்திரனை இழுத்துக்கொண்டு வீட்டை விட்டு வெளியே ஓடினாள்.

இப்படி அடி பொறுக்க முடியாமல் ஓடி ஒளிய இடம் தேடியே சரஸ்வதிக்கு இரவுகள் கரைந்து போயின.

கொம்பையாவின் அடி பொறுக்க மாட்டாமல் இரவு நேரத்தில் வீட்டை விட்டு வெளியே வரும் சரஸ்வதிக்கு அவள் மகன்தான் ஆறுதல். இரவின் எந்த அந்தகாரமும் அமானுஷ்யமும் அவர்களை இதுவரை பயமுறுத்தியதே இல்லை.

கொம்பையாவின் அகோரமுகமும் அவனது மூர்க்கமான பாய்ச்சலும் சரஸ்வதியையும் பூரணச்சந்திரனையும் எந்த கடுமையான அடர்ந்த இருளையும் கிழித்துக்கொண்டும் ஓடச் செய்தன.

"அடியே கேடு கெட்டவளே! நல்ல ஒழுக்கமான பொம்பள வீட்டை விட்டு இப்படி நடுராத்திரி ஓடுவாளாடி? எப்படியும் ஆத்தாளும் மகனும் வீட்டுக்குத்தானே திரும்புவீங்க! வாங்க உங்கள உயிரோட கொளுத்துறேன்" என்று கத்திக்கொண்டே பின்னாடியே துரத்தி வரும் கொம்பையாவின் பார்வையில் படாமல் மறைந்துகொள்ள சரஸ்வதி பெரும்பாடு பட்டாள்.

"அம்மா... அதோ பாரு, அந்த மாடிப்படியிலே ஏறிப் போய் மொட்டைமாடியில ஒளிஞ்சிகிட்டா அப்பாவுக்குத் தெரியாது. அப்பா போனதுக்கப்புறம் இறங்கி வீட்டுக்குப் போயிடுவோம். காலையில எல்லாத்தையும் அப்பா மறந்துடும்மா!" என்ற பூரணச்சந்திரனின் யோசனையின்படி சரஸ்வதி, யார் என்றே தெரியாதவரின் வீட்டு மொட்டைமாடியில் ஏறி, தன் மகனுடன் பதுங்கிக் கிடந்தாள். அது மார்கழி மாதம். நல்ல குளிர். தன் முந்தானையால் மகனை இழுத்து மூடிக்கொண்டாள். பனி

கொட்டும் இரவில் அம்மாவின் முந்தானைக்குள் முடங்கிக் கிடந்தான் பூரணச்சந்திரன். கிழிந்த சேலையின் ஓட்டை வழியாக வானத்தைப் பார்த்துக்கொண்டே அனைத்தையும் மறந்து போனான். நட்சத்திரங்கள்தான் அவனுக்கான ஆறுதல். இருவரும் விடிவதற்குக் கொஞ்சம் நேரம் முன்பாக எழுந்து வீட்டிற்குச் சென்று பதுங்கிப் படுத்துக்கொள்வார்கள். போதை தெளிந்ததும் கொம்பையாவுக்கு எல்லாம் மறந்து போகும். இரவில் நடந்த எதுவும் நினைவில் இருக்காது. அதுதான் பூரணச்சந்திரனுக்கும் சரஸ்வதிக்கும் மிகப்பெரிய விமோசனம்.

குடிச்சுட்டு வந்து சரஸ்வதியைப் போட்டு அடிக்கும் கொம்பையா, குடிக்கப் பணம் இல்லையென்றால் எந்தக் காரணமுமே சொல்லாமல் பூரணச்சந்திரனைப் போட்டு அடிப்பான்.

கொம்பையா வீட்டிற்கு வாங்கி வந்து குடிக்கும் மது பாட்டில்களை சேர்த்து எடைக்குப் போடுவது சரஸ்வதியின் வருமான வாய்ப்புகளில் ஒன்று. ஒரு நாள் நல்ல குடிபோதையில் வந்த கொம்பையா எப்போதும்போல பணத்தைக் காணவில்லை என்று சரஸ்வதியை வம்புக்கு இழுத்தான்.

"எந்தப் பொட்டல்லயாவது குடிச்சிட்டு மல்லாந்து கிடந்துருப்பான். பைல இருந்த பணத்தை எவளாவது தூக்கிட்டு விட்டுருப்பா... குடிகாரப்பய இங்க வந்து நம்ம உயிரை வாங்குகிறான்" என்று லேசான கம்மிய குரலில் புலம்பிக்கொண்டே அவன் முன்பாக வந்தாள்.

"பணத்தை எதுக்கு எடுத்த?"

அவள் எப்போதும்போல தயங்கிக்கொண்டே ஏதோ ஒரு பதிலைச் சொன்னாள். அவள் வரும்போது பேசியது கொம்பையாவின் காதில் கேட்டு விட்டது என்பதை கொம்பையாவின் அடுத்தடுத்த தாக்குதலில் சரஸ்வதி அறிந்து கொண்டாள். இருவருக்குமான உரையாடல் வார்த்தையில் தடித்துச் சண்டையாக மாறிவிட்டது. கொம்பையாவுக்கு இருந்த குடிவெறியில் வேகமாக வந்தான். சரஸ்வதியை அடிப்பதற்காக கம்பு கட்டை ஏதாவது கிடைக்கிறதா என்று சுற்றிலும் பார்த்தான். அவன் குடித்துப் போட்டிருந்த காலியான மது பாட்டில் ஒன்று அங்கு கிடந்தது. அதை எடுத்து படுவேகமாக சரஸ்வதியின் உச்சந்தலையில் ஒரே போடாகப் போட்டான். பாட்டில் உடைந்து சிதறியது. சரஸ்வதியின் தலையில் இருந்து ரத்தம் கொட்டியது.

அவள் 'ஐயோ' என்று அலறினாள். பூரணச்சந்திரனுக்கு அம்மா செத்துவிடுவாளோ என்ற பயம் மேலோங்க மயங்கி கீழே விழுந்து விட்டான். அக்கம்பக்கத்தில் இருப்பவர்கள் எல்லாம் வந்து கொம்பையாவைப் பிடித்துச் சத்தம் போட்டுவிட்டு சரஸ்வதியை மருத்துவமனைக்கு அழைத்துச் சென்று காப்பாற்றினார்கள்.

அன்று சனிக்கிழமை. பூரணச்சந்திரன் தன் கூட்டாளிகளுடன் விளையாடிவிட்டு வீட்டிற்குள் நுழைந்தான்.

"டேய்! நில்லுடா".

"என்னப்பா?"

"பையில இருந்த பணத்தைக் காணோம். நீதானே எடுத்த? பணத்தை என்னடா பண்ணின?"

"நான் பார்க்கலப்பா!"

"பொய் சொன்ன, வாய ஒடச்சிடுவேன் நாயே!"

"சத்தியமா நான் பாக்கலப்பா" என்று அவன் சொல்லிக் கொண்டிருக்கும்போதே "பையில் இருந்த பணத்தைக் காணல. உன்ன தவிர வேற யாரும் வீட்டுக்குள்ள வரல. உங்க ஆத்தாவ அடிச்சுக் கேட்டுட்டேன். அவளும் இல்லங்குறா. வேற யாரு எடுத்திருப்பா? சொல்லுடா..."

பூரணச்சந்திரன் எதுவும் பேசாமல் அமைதியாக நின்றான்.

"அப்ப நீதான்" என்று அவனை அடித்த அடியில் பயந்து போய் வீட்டை விட்டே ஓடிவிட்டான்.

எங்கெங்கோ அலைந்து ஒரு பெருநகரத்திற்கு வந்து சேர்ந்தான். பசியையும் தாகத்தையும் சமாளிக்க முடியாமல் பல நேரங்களில் மயங்கி விழுந்தான்.

பேருந்து நிலையத்திற்கு அருகே ஒரு நாள் இரவில் தூங்கிக் கொண்டிருந்தான். அங்கு வந்த காவல் துறையினர் அவனை எழுப்பி, "யார்டா நீ?இங்கே ஏன் படுத்திருக்க? உன் வீடு எங்கடா இருக்கு?" என்றனர்.

"இங்கதான் சார் பக்கத்துல" என்று தட்டுத் தடுமாறிப் பதில் சொன்னான் பூரணச்சந்திரன்.

"ஓடு... வீட்டுக்கு ஓடு..." என்று காவல்துறையினர் அவனை விரட்டினர்.

இப்படி இரவில் எங்கு தூங்கினாலும் போலீஸ் துரத்தியது.

அவர்களின் கண்களிலிருந்து தப்புவதுவதே பூரணச்சந்திரனுக்குப் பெரும்பாடாக இருந்தது.

எங்கே போவது? என்று தெரியாமல் அரைமயக்கத்தில் அலைந்து திரிந்தான்.

ஒரு காலைப்பொழுதில் ஆள் நடமாட்டம் உள்ள சாலைக்கு அருகே இருந்த நடைமேடையில் விழுந்து கிடந்தான். அதன் பிறகு நடந்தது தான் உங்களுக்கே தெரியுமே! இப்படித்தான் ஆரம்பித்தது பூரணச்சந்திரனின் ரயில் நிலைய வாழ்க்கை.

அன்று பகல் முழுவதும் ரயில் நிலையத்தில் சுற்றித் திரிந்தான். தெருக்களில் அலைந்து திரிவதைவிட ரயில் நிலையம் பாதுகாப்பாய்த் தெரிந்தது. இங்கே அவனை யாரும் வெறித்துப் பார்க்கவில்லை. போ... என்று துரத்தவில்லை. தண்ணீருக்குக் காசு கேட்கவில்லை. அது அவனுக்குப் பெரிய ஆறுதலைத் தந்தது. வேடிக்கை பார்க்க விதவிதமான மனிதர்கள் வந்து போயினர். கூச்சமில்லாமல் மனிதர்கள் ஆங்காங்கே படுத்துக் கிடந்தனர். அவன் அங்கேயே சுற்றித் திரிந்தான். வட்டமாய் உட்கார்ந்து ஒரு குடும்பத்தினர் சாப்பிட்டுக்கொண்டிருந்தனர். சாப்பாட்டையே வைத்த கண் வாங்காமல் பார்த்துக்கொண்டிருந்தான்.

" தம்பி இங்கே வா"

அருகில் சென்றான்.

"சாப்பிட்டியா?"

"இல்ல".

"சாப்பிடுறியா?"

"ம்ம்..."

அவனைப் பக்கத்தில் அழைத்து சோத்துப்பொட்டலம் ஒன்றைத் தந்தனர்.

ஓசியில் தண்ணீர் கிடைக்குது. சாப்பாடு கிடைக்குது. என்றதும் அந்த இடம் அவனுக்கு சொர்க்கம் போன்ற எண்ணத்தை தந்தது. ஒரு வாய்த் தண்ணீருக்கு நாயா அலைந்தவனுக்கு எல்லாம் இலவசமாய் கிடைத்த இடம் சொர்க்கம் தானே. அங்கேயே தங்கிக் கொள்ளத் தீர்மானித்தான். பகலில் உட்காரவும் இரவில்

பதுங்கிக்கொள்ளவும் இடம் தேடினான். பகல் ஓடி இரவு வந்தது. தூக்கம் அவனைத் தள்ளுகிறது. வயிறு காலியா இருக்கும் போதே அப்படித் தூங்குவான்.இப்போ வயிறு நிரம்பி இருக்குது. அவன் என்ன செய்வான்.

வசதியான இடம் பார்த்து ஒரு ஓரத்தில் ஒண்டினான். கொசு அவனைத் தூக்கிச் செல்ல முயற்சி செய்து கொண்டிருந்தது.

கொசுக்கடி பொறுக்கமாட்டாமல் நின்றுகொண்டிருந்த ரயிலில் ஏறி சீட்டுக்கு அடியில் படுத்துக் கண் அயர்ந்தான். அவனுக்கு மட்டும் எப்படித்தான் இத்தனை ஆரவாரத்திலும் தூக்கம் வருகிறதோ? தூங்கினவன் தூங்கியே கிடந்தான். கண் விழித்துப் பார்த்தவனுக்கு எல்லாம் புதுசா இருந்தது. உறக்கத்தின் ஆழத்தில் தரை தட்டிக் கிடந்தவனுக்கு ரயில் கிளம்பியதும் தெரியவில்லை பெங்களூர் மாநகரத்திற்கு வந்து சேர்ந்ததும் தெரியவில்லை. கண் விழித்தபோது, பார்ப்பவர்கள் அனைவரும் புதிய மனிதர்களாய்த் தெரிந்தனர். புரியாத ஏதோ ஒரு பாசையில் கக்கரா... புக்கரா என்கின்றனர். அவன் அக்கம் பக்கத்தில் பார்க்கிறான். வெளியே எட்டிப்பார்க்கிறான். எங்கிருந்து தான் அப்படி ஒரு பயம் அப்பிக்கொண்டதோ தெரியவில்லை. எத்தனையோ இரவில் தன்னந்தனியாக சுற்றித் திரிந்த அவனுக்கு அதுவரை இல்லாத புதிதான பெரும்பயம் தொற்றிக்கொண்டது.

'இப்படி வந்து மாட்டிக்கொண்டோமே?' என்று அழுகை முட்டிக்கொண்டு வந்தது. ஒரு சமயத்தில் வாய்விட்டு அழுதுவிட்டான்.

"அம்மா... அம்மா" என்று பினாத்திக்கொண்டு தேம்பித் தேம்பி அழும் பூரணச்சந்திரனைப் பார்க்கவே மிகவும் பரிதாபமாக இருந்தான்.

கைதட்டிக் கொண்டே ரயிலில் பயணிகளிடம் பணம் பெற்றுக் கொண்டிருக்கும் அம்சாவை பூரணச்சந்திரன் பார்த்தான். அவனுக்கு அது விநோதமாகத் தெரிந்தது. அம்சாவை அருகில் பார்க்கும்போது அவன் பயம் கூடுதலானது. அவன் வீறிட்டு அழுதான். அழுதுகொண்டிருக்கும் பூரணச்சந்திரன் அருகில் வந்தாள் அம்சா.

"யாரு கண்ணு நீ. தமிழ்நாட்டுல நீ எந்த ஊரு ? இங்க எப்படி வந்த?" இப்படிக் கேள்விகளை அடுக்கினாள் அம்சா.

அவள் தமிழில் பேசியதும் பூரணச்சந்திரனுக்கு, தான் உயிர் தப்புவதற்கு ஒரு வழி கிடைத்து விட்டது என்ற நம்பிக்கை வந்தது.

அவன் கதையைக் கேட்ட அம்சாவிற்குத் துயரமாக இருந்தது.

"தம்பி! பயப்படாதே, நான் இருக்கேன், உனக்கு உதவி செய்யறதுக்கு".

"நீங்க யாரு? நான் உங்களை எப்படிக் கூப்பிடணும்?"

"நான் புடவைதானே கட்டி இருக்கேன். அப்ப நீ என்னை எப்படி கூப்பிடணும்?"

'அக்கான்னு கூப்பிடுறேன்'. என்று சொன்னதும் அம்சாவிற்கு மகிழ்ச்சி தாங்கவில்லை. இரண்டு பிரியாணிப் பொட்டலத்தை வாங்கி பூரணச்சந்திரனிடம் ஒன்றைக் கொடுத்துச் சாப்பிடச் சொல்லிய அம்சா இன்னொரு பொட்டலத்தைப் பிரித்துச் சாப்பிடத் தொடங்கினாள்.

"உன்னையப் பார்க்கும்போது எனக்கு நான் முதன்முதலில் பெங்களூருக்கு வந்த நாள்தான் ஞாபகத்துக்கு வருது".

தன்னுடைய பழைய நினைவுகள் அவள் மனதில் நிழலாடின.

"எனக்கு அப்போ உன் வயசு இருக்கும். ஒருத்தர் பேச்சைக் கேட்டுதான் ரயிலேறி பெங்களூருக்கு வந்தேன். அன்று என்னுடைய பெயர் மணியரசன். அன்னைக்கு மொத மொதல்ல பெங்களூர்ல வந்து இறங்கும்போது எனக்கு எல்லாமே பார்க்க புதுசா ரொம்ப பயமா இருந்துச்சு. உதவி செய்ய யாருமே இல்லை. அப்போ என்னை மாதிரி இருந்த குருபாயி ஒருத்தவங்கதான் எனக்கு உதவி செஞ்சாங்க. இன்று புடவை கட்டிக்கொண்டு கைதட்டி காசு வாங்கி வயித்த நிறைக்கிறேன்" என்ற அம்சாவிற்குப் பூரணச்சந்திரனைப் பார்க்கப் பார்க்க மனதில் ஈரம் கசிந்தது. கதை முழுவதையும் கேட்டுக் கலங்கினாள். அவன் தன்னைப் போல் மாறிவிடக்கூடாது என்பதிலும், அவன் யார் கையிலும் சிக்கிவிடக்கூடாது என்பதிலும் அம்சா கவனமாக இருந்தாள்.

மதுரைக்கு டிக்கெட் எடுத்துக் கொடுத்து வழிச் செலவுக்கு பணமும் கொடுத்து பூரணச்சந்திரனை அனுப்பி வைத்தாள்.

மதுரைக்கு வந்து சேர்ந்தவனுக்கு ரயிலும் ரயில் நிலையமும் தான் உலகமாகிப் போனது. ரயிலில் ஏறி, சீட்டுக்கு அடியில்

பதுங்கிப் படுத்துக்கொண்டான். ரயில் பெட்டியில் இருந்த கழிவறையை அவசரத்திற்குப் பயன்படுத்திக்கொண்டான்.

பயணிகள் கொடுத்த மிச்ச மீதி உணவுகளைத் தின்று காலத்தைப் போக்கினான்.

ரயில்வே போலீசின் கண்களில் படாமல் ஒளிந்து ஒளிந்து நாட்களை நகர்த்திக்கொண்டிருந்தான்.

ஒரு குளிர்கால இரவு நேரத்தில் அந்த ரயில் நிலையத்திற்கு வந்து சேர்ந்தாள் மாயழகி பாட்டி.

பூரணச்சந்திரனுக்கு மாயழகி பாட்டியின் வருகை பாலைவனத்தில் பெய்த பெருமழையைப் போலிருந்தது.

மாயழகி பாட்டி இரண்டு கால்களையும் ஒரு கையையும் விபத்தில் இழந்தவள்.

பெரிய ரோஷக்காரி. பிள்ளைகள் கைவிட்டபோதும், உழைத்து வாழ நினைப்பவள்.

ஊர்ந்து ஊர்ந்து அலைந்து திரிந்து கடைசியாக ரயில் நிலையத்தில் தஞ்சம் புகுந்தாள்.

அழுக்கு ஆடையுடனும் வாடிப்போன முகத்துடனும் உட்கார்ந்திருந்தான் பூரணச்சந்திரன்.

குளிரில் நடுங்கிக்கொண்டிருந்தான். 'அம்மா... அம்மா....' என்ற சத்தம் அவன் நினைவிற்குள் நின்று கொண்டு பெரிதாய் ஓலமிட்டுக்கொண்டே இருந்தது. 'அம்மா! இந்தக் குளிரில் எந்த முடங்கில் அப்பாவுக்குப் பயந்து பதுங்கிக் கிடக்கின்றாளோ? என்ற நினைவுப் பாரம் அவனை அழுத்தியது. வாய் விட்டு அழத் திராணியற்றவனாய்க் கைகளை கால் இடுக்கில் வைத்துக்கொண்டு குறுக்கிப் படுத்துக்கிடந்தான். தூரத்திலிருந்த மாயழகி பாட்டி பூரணச்சந்திரனைப் பார்த்துக்கொண்டே இருந்தாள்.

தவழ்ந்து அருகில் வந்தாள்.

"ஐயா ராசா! யாரு சாமி நீ? எதுக்கு இங்கே வந்து படுத்துக் கிடக்கிற? அம்மா, அப்பா எங்கப்பா?" என்று தொடர்ச்சியாகக் கேள்விகளைக் கேட்டாள். அவன் நடுங்கிக்கொண்டே எழுந்து உட்கார்ந்தான்.

வீட்டிலிருந்து கிளம்பிய நாள் முதல் நடந்த அத்தனையும் சொன்னான். "அப்பா கோபத்துக்கெல்லாம் பயந்து இப்படி வந்து, பசியும் பட்டினியுமாக குளிருல படுத்துக் கிடக்குறியே சாமி! இது தப்பு. இந்தப் பொல்லாத உலகத்தைத் தனி ஆளா நீ சமாளிக்க முடியாது சாமி. நீ சின்னப்புள்ள. உனக்கு வெவரம் போதாது. நீ போயிடு. ஊருக்கே போயிடு சாமி" என்றாள் மாயழகி பாட்டி.

அப்பாவின் சிவந்த கோபமான கண்களும், அவனும் அம்மாவும் வாங்கிய அடியும், ஓடி ஒழிந்த சம்பவங்களும் நினைவுக்கு வந்தன.

"நான் போகல பாட்டி! இங்கேயே இருக்கிறேன்" என்றான்.

மாயழகி பாட்டி அமைதியாக இருந்தாள்.

நீண்ட அமைதிக்குப் பிறகு பாட்டி தன் கதையைக் கூறினாள்.

மாயழகி பாட்டியைப் பார்க்க பூரணச்சந்திரனுக்குப் பாவமாக இருந்தது. இருவரும் எதுவும் பேசாமல் இருந்தனர். "நடக்க முடியாத உன்னப் போயி எப்படிப் பாட்டி துரத்திவிட உன் பிள்ளைகளுக்கு மனசு வந்துச்சு? சரி...சரி...நீ ஒன்னும் கவலைப் படாத. நான் உனக்கும் சேர்த்து யார்கிட்டவாவது சோறு வாங்கி வாறேன். நாம ரெண்டு பேரும் சேர்ந்து சாப்பிடுவோம். சரியா?" என்றான்.

மாயழகி பாட்டிக்குத் துக்கம் நெஞ்சுக்குழியை அழுத்தியது. அவள் பதில் சொல்லாமல் சின்னதாய்ச் சிரித்தாள். அந்தச் சிரிப்பில் இருந்த வேதனையின் அடர்த்தியை அவனால் உணரமுடியவில்லை. அனாதையைப்போல அலைந்து திரிந்தவனுக்குப் பேச ஆள் கிடைத்தது பெரிய மகிழ்ச்சியைத் தந்தது. பாட்டியிடம் பேசிக்கொண்டே தூங்கிப்போனான். தன்னிடமிருந்த போர்வையைப் பூரணச்சந்திரனுக்குப் போர்த்திவிட்டாள். அவன் அம்மாவின் அருகாமையை உணர்ந்தான். போர்வையை இன்னும் நல்லா இழுத்துப் போர்த்திக்கொண்டான். சுகமாய்த் தூங்கினான்.

இருவருக்குமே புது உறவு கிடைத்தது. இரவெல்லாம் விழித்துக்கொண்டு இருந்தவள் விடியும்போது கண் அயர்ந்துவிட்டாள். பாட்டி எழுந்துகொள்வதற்கு முன்பே பூரணச்சந்திரன் எழுந்துகொண்டான். தூங்கும் பாட்டியைப் பார்க்கும்போது அவனின் அம்மாவின் நினைவு வந்தது. "இனிமேல் மாயழகி பாட்டியை நாம தான் பார்த்துக்கணும்" என்று அவன் சொல்லிக்கொண்டான். மாயழகி பாட்டி வைத்திருந்த பணத்தால்

மூன்று வேளையும் வயிறு நிறைந்தது. ஒரு வாரம் நகர்ந்தது. காசு கரைந்து காலியானது. இரவில் சாப்பிடாமல் தூங்கிப்போனவன், மறுநாள் காலையில் சீக்கிரமாய் எழுந்துவிட்டான்.

பாட்டியைப் பார்த்தான். நல்லா தூங்கிக்கொண்டிருந்தாள். வேகமாய் எழுந்து எங்கோ சென்றான். கொஞ்ச நேரம் கழித்து இரண்டு இட்லிப் பொட்டலத்துடன் வந்தான்.

பாட்டி கண் விழிக்கும் வரை காத்திருந்தான்.

மாயழகி பாட்டி கண் விழித்துவிட்டாள்.

"எழுந்திருச்சுட்டியா? வா... வா... இட்லி வாங்கிட்டு வந்திருக்கேன். சாப்பிடலாம். ராத்திரியும் சாப்பிடல, எனக்கு ரொம்பப் பசிக்குது. உனக்கும் பசிக்கும்தானே வா பாட்டி!" என்றான்.

"சாப்பாடு எப்படி வாங்கின?. நீ காசு வச்சுருந்தியா?" என்றாள் பாட்டி.

"நான் காசுக்கு எங்க போவேன்? எனக்கு யாரு காசு தருவா?"

"அப்புறம் இது எப்படிக் கிடச்சது சந்திரா?"

"அங்க ஒருத்தவங்க சாப்பிட்டுக்கிட்டுருந்தாங்க. நான் பக்கத்துல போயி பார்த்துக்கிட்டே நின்னேனா?".

"ம்ம்...அப்புறம்"

"அவங்க 'சாப்பிடுறியா?'ன்னு கேட்டாங்க. நான் 'ஊங்... சாப்பிடுறேன்'னு சொன்னேன். கடைல இட்லி வாங்கப்போனாங்க. 'எங்க பாட்டியும் பசியோட இருக்காங்க அவங்களால நடக்கக்கூட முடியாது. அவங்களுக்கும் வாங்கித் தாறீங்களா?' அப்படின்னு கேட்டேன். அவங்களும் 'சரி'ன்னு சொல்லி இரண்டு இட்லி பொட்டலம் வாங்கித் தந்தாங்க. இந்தா பாட்டி! பல்பொடி. பல்ல விளக்கிட்டு வா... நாம சாப்பிடலாம்" என்றான்.

"எனக்கு வேண்டாம்" என்றாள் பாட்டி.

"ஏன்? உனக்குப் பசிக்கலையா?"

மௌனமாய் இருந்தாள்.

"சொல்லு பாட்டி! உனக்குப் பசிக்கலையா?"

"எனக்குப் பிடிக்கல".

"இட்டிலி புடிக்கலையா?"

"அது இல்ல. இப்படிப் பிச்சை வாங்கின சாப்பாட்டை நான் சாப்பிட மாட்டேன்".

பூரணச்சந்திரன் முகம் வாடிப்போனது.

"உன்னாலையும் நடக்க முடியாது. எனக்கும் யாரும் வேலை தரமாட்டாங்க. அப்புறம் நாம எப்படிச் சாப்பிடுறது?" மாயழகி பாட்டி கொஞ்ச நேரம் அமைதியாக இருந்தாள்.

"எனக்கு ஒரு யோசனை இருக்கு"

"சொல்லு பாட்டி... என்ன யோசனை? வேகமாச் சொல்லு பாட்டி!" என்று அவசரப்படுத்தினான்.

“சந்திரா நீ எனக்கு ஒரு உதவி பண்ணுவியா? நான் சொல்லுற மாதிரி நீ செய்தா நம்ம மூணு வேளை சாப்பாட்டுக்கும் நான் பொறுப்பு” என்றாள்.

வேகமாய் ‘சரி’ என்று தலையை ஆட்டினான். “என்ன வேணாலும் செய்றேன் பாட்டி!” என்றான்.

“எனக்கு ரயில் ஏறுவதற்கு நீ உதவி செய், மற்றவைகளை நான் பார்த்துக்கொள்கிறேன்” என்றாள் மாயழகி பாட்டி. 'சரி பாட்டி!' நீ என்ன சொன்னாலும் செய்றேன்". இருவரும் திட்டமிட்டனர்.

பூரணச்சந்திரனின் உதவியுடன் பாட்டி நிற்கும் ரயிலில் ஏறினாள். பின்னாடியே அவனும் ஏறினான். பாட்டியின் ஒற்றைக் கையில் சின்ன வெளக்கமாறு இருந்தது.

"இந்த வெளக்கமாறு எதுக்குப் பாட்டி?" என்றான்.

"என் பின்னாடியே வா" என்று கூறிக்கொண்டே ரயில் பெட்டியில் இருந்த குப்பைகளைப் பெருக்கத் தொடங்கினாள். இப்படியே ஒவ்வொரு பெட்டியாய்க் கூட்டிச் சுத்தம் செய்தாள். பூரணச்சந்திரன் குப்பைகளை ஒரு பையில் சேகரித்துக்கொண்டே வந்தான்.

பயணிகள் இரக்கப்பட்டுக் கொடுக்கும் காசை வாங்கி பூரணச் சந்திரன் பத்திரப் படுத்தினான்.

சில நேரங்களில் உணவுப்பொட்டலமும் கிடைத்தது. இப்படியாய் நகர்ந்தன நாட்கள்.

மூன்று வேளையும் உணவு கிடைத்தது. நிம்மதியாய்க் காலத்தை கழித்தான் பூரணச்சந்திரன். இரண்டு பனிக்காலத்தைக் கதகதப்பாய் கடந்து முடித்தான். அது வாரத்தின் கடைசி நாள். இருவரும் காலை உணவைச் சாப்பிட்டுக் கொண்டிருந்தனர்.

"உனக்கு யாரு பாட்டி மாயழகின்னு பேரு வச்சா?"

"ஏன்ப்பா? பேரு நல்லா இல்லையா?"

"சூப்பரா இருக்கு, அதானாலதான் கேட்டேன்" என்றான்.

பாட்டி பொக்கவாயைத் திறந்து அழகாய் சிரித்தாள்.

ரயில் ஒன்று வந்து நின்றது. இருவரும் ஏறிக்கொண்டனர்.

பாட்டி வேகமாய்க் கூட்டினாள். குப்பையைப் பூரணச்சந்திரன் ஒரு பையில் சேகரிக்கத் தொடங்கினான்.

இன்னொரு கையில் பயணிகள் கொடுத்த காசுகளை வாங்கினான். குப்பைப்பையை ஒரு கையில் வைத்திருந்தான். இன்னொரு கையில் சில்லரைக் காசுகளைப் பிடித்திருந்தான்.

அடுத்த இடம் நகர்வதற்காக வெளக்கமாறை பூரணச்சந்திரனிடம் கொடுத்தாள் மாயழகி பாட்டி.

சில்லரை வைத்திருந்த கையிலேயே பாட்டி கொடுத்த வெளக்கமாறினை வாங்கினான்.

பிடிமானம் இல்லாமல் வெளக்கமாறு பொத்துன்னு கீழே விழுந்துவிட்டது.

ஒரு பணக்காரப் பயணியின் கால்களில் வெளக்கமாறு விழுந்து கிடந்தது.

பூரணச்சந்திரன் குனிந்து எடுப்பதற்குள் பணக்காரப் பயணி பூரணச்சந்திரனை ஓங்கிக் கன்னத்தில் அடித்து விட்டார்.

நிலை தடுமாறிக் கீழே விழுந்துவிட்டது பிள்ளை. சிலர் எதிர்க்க... சிலர் ஆதரவு கொடுக்க... கூட்டம் கூடியது.

சலசலப்பு அதிகமானது. ரயில்வே போலீஸ் வந்தனர். பாட்டியும் பேரனும் ரயிலிலிருந்து இறக்கப்பட்டனர்.

தீவிர விசாரணைக்கு உட்படுத்தப்பட்டனர்.

"சின்னப்பையனை ஏமாற்றிப் பிச்சை எடுக்க வச்சுப் பிழைக்கிறாயா?" என்று போலீசார் கேட்ட கேள்வியில் நிலைகுலைந்து போனாள் மாயழகி பாட்டி. 'அப்படியே நாலு உருளு உருண்டு போயி வேகமாய் வரும் ரயிலில் விழுந்து செத்துப்போயிடலாமா?' என்று கூட அவளுக்குத் தோன்றியது. நிமிர்ந்து பார்த்தாள். பூரணச்சந்திரன் "பாட்டி... பாட்டி..."என்று அழுதுகொண்டிருந்தான்.

போலீசார் யார் யாருக்கோ போன் செய்தனர்.

கொஞ்ச நேரத்தில் இரண்டு நபர்கள் வந்தனர். தெருவோரக் குழந்தைகளுக்கான மறுவாழ்வு அமைப்பைச் சேர்ந்தவர்கள் என்று அவர்கள் பேசிக்கொண்டதிலிருந்து தெரிந்தது.

பூரணச்சந்திரனை அழைத்துச்செல்ல அவர்கள் திட்டமிட்டனர். பூரணச்சந்திரனுக்குக் கன்னத்தில் கண்ணீர் வழிந்தோடியது.

"நான் போகவே மாட்டேன்" என்று

பாட்டியின் ஒற்றைக் கையைப் பிடித்து 'ஓ'... வென்று அழுதான்.

"நான் வரமாட்டேன்.....என்னை விடுங்க" என்று அழுதுகொண்டே மாயழகி பாட்டியின் பின்னாடி போயி நின்றுகொண்டான்.

பாட்டி துக்கத்தில் இறுகிப் போனாள்.

அவளின் பார்வை வெறுமையாய் நிலைகுத்தி நின்றது.

அவன் கையைப் பிடித்து வலுக்கட்டாயமாக அழைத்துச் சென்றனர்.

"பாட்டி... பாட்டி..." என்று கதறி அழுதுகொண்டே பாட்டியைத் திரும்பித் திரும்பிப் பார்த்தபடியே சென்றான் பூரணச்சந்திரன்.

இருந்த ஒற்றைக்கையும் அறுபட்டு விழுந்ததுபோல் துடித்து நின்றாள் மாயழகி பாட்டி.

காலம் மிக வஞ்சகமாய் அவர்களிருவரையும் பார்த்துச் சிரித்துக்கொண்டிருந்தது.

9
பசி கொண்ட இரவு

கண்களை எவ்வளவு இறுக்கமாக மூடினாலும் கங்காவுக்குத் தூக்கம் வரவில்லை. மல்லாக்கப்படுத்தால் மூச்சுத் திணறுவது போல் இருந்தது. ஒருக்களித்துப் படுக்க முயன்றாள். உருகி ஒடுங்கிப்போன தேகமாக இருந்தாலும் அதனைத் திருப்புவதற்குள் பெரும்பாடு பட்டுவிட்டாள். எப்படி இருந்த உடம்பு! எத்தனை அகோரங்களின் இச்சைகளைத் தீர்த்த உடம்பு! இன்று அடையாளம் தெரியாத அளவுக்கு உருக்குலைந்து போய்விட்டது. பக்கத்தில் டீ டம்ளர் கவிழ்ந்து கிடந்தது. கொட்டிய டீயில் ஈக்கள் மொய்த்தன. ஈக்களைக் கண் இமைக்காமல் பார்த்தாள். இளமைக் காலத்தில் தன்னை மொய்த்த மனித ஈக்கள் நினைவுச் சாளரத்தில் எட்டிப்பார்த்தன. நினைவுகள் எங்கெங்கோ விரைந்தன.

துக்கம் தொண்டைக்குள் சிக்கி ஏதோ செய்ய, பெரிய இருமல் வந்துவிட்டது. அடிவயிற்றை இறுக்கிப் பிடித்துக்கொண்டாள். உடம்பில் ஒட்டியிருந்த உயிர் இழை அறுந்து போகுமோ என்ற பயத்தில் ஒரு மாதிரி விழித்தாள் கங்கா. கதவு இல்லாத அந்தக் குடிசைக்குள் குளிர்காற்று சில்லென்று புகுந்தது. கங்காவுக்கு உடல் தூக்கித் தூக்கிப்போட்டது. கை, கால்கள் குளிரில் விறைத்து நடுங்கின. அவள் அரை நிர்வாணமாய்க் கிடந்தாள். என்ன நிறமென்றே கண்டுபிடிக்க முடியாதபடி வெளுத்துப்போன பாவாடை இடுப்பின் மேல் கிடந்தது. மேலாடை எதுவும் இல்லை. இரண்டு மார்புகளும் அழுகிப்போய்ச்சீழ் ஒழுகிக்கொண்டே இருந்தன. வழியும் சீழைத் துடைக்கப் பக்கத்தில் ஒரு கந்தலான துணி கிடந்தது. சீழ் நாற்றம் அறை முழுவதும் மிக அடர்த்தியாக இருந்தது.

குளிருக்குப் போர்த்தத் துணி வேண்டும். அறை முழுவதும் கண்களால் துழாவினாள். எதுவும் தட்டுப்படவில்லை. எப்படித் தட்டுப்படும்? கடந்த ஒரு மாத காலமாக எல்லாமே படுக்கையில் தான். எழுந்து நடமாட முடியாத கங்கா ஒண்ணுக்கு, ரெண்டுக்கு போன துணியைச் சுருட்டித் தவழ்ந்து தவழ்ந்து குடிசையின்

வாசலுக்கு வந்து தூக்கி எறிந்துவிடுவாள். இவள் தூக்கியெறியும் துணிக்காகவே காத்திருப்பதுபோல் நாய் ஒன்று உட்காந்திருக்கும். எதையோ நினைத்துக்கொண்டு துணியைக் கவ்விக்கொண்டு ஓடும். இப்படி துடைத்துத் தூக்கி எறிந்து எறிந்தே துணி எதுவும் இல்லாமல் போனது.

பத்துக்குப் பத்து அளவுள்ள அந்தக் குடிசைக்கு கங்கா வந்து இரண்டு மாதங்கள் ஆகின்றன. அது ஊருக்கு ஒதுக்குப்புறமாக மேட்டில் அமைந்திருந்தது.

குடித்தனத்திற்குத் தேவையான எந்தப் பொருளும் குடிசைக்குள் இல்லை. பழைய பழக்க வழக்கத்தில் எப்போதாவது கங்காவின் தோழிகள் கொண்டு வந்து கொடுக்கும் உணவை கொஞ்சமாகச் சாப்பிடுவாள். நடுச்சாமத்தில் ஊத்தங்கரை நெடுஞ்சாலையில், லாரியை மறித்து கஸ்டமர் பிடிப்பதில் பெரும் அடிபிடி சண்டை போடும் சீதா அன்று வந்திருந்தாள். எலும்பும் தோலுமாக சுருண்டு கிடக்கும் கங்காவைப் பார்த்ததும் சீதாவிற்கு அழுகையே வந்துவிட்டது. கூடவே பயமும் வந்தது.

பக்கத்தில் கிடந்த சணல் சாக்கை எடுத்து கங்காவின் தலைக்கு அண்ட கொடுத்து தலையை நிமிர்த்தினாள்.கொண்டு வந்திருந்த ரோஸ்மில்க் பாக்கெட்டினை உடைத்து கொஞ்சம் கொஞ்சமாக வாயில் ஊற்றினாள். அரைப் பாக்கெட் காலி ஆனதும் பேசத் துவங்கினாள். “எனக்கு ஜில்லுன்னு பீரும் கொழகொழன்னு தக்காளி சாதமும் சாப்பிட ஆசையா இருக்கு. ரத்தினாம்மாகிட்ட சொல்லி, வாங்கி வரச் சொல்லுவியா?” என்று கங்கா திக்கித் திணறி கேட்டதும் சீதா வாய்விட்டு அழுதுவிட்டாள்.

“ரத்தினாம்மா வரும்போது பழைய பாவாடை, சேலைத்துணி கொண்டுவரச் சொல்லு".

சீதா, கங்காவை கண்கொண்டு பார்க்க முடியாமல் அழுதுகொண்டே எழுந்து சென்றுவிட்டாள்.

ஊத்தங்கரை கங்கா என்றால் பஜாரில் அனைவருக்கும் காதல் பீறிட்டு எழும்.மும்பையிலிருந்து திரும்பி வந்த நேரத்தில் ஊத்தங்கரையில் கங்காவுக்கு இருந்த மவுசு இது வரை யாருக்குமே இல்லை.

கங்கா அவ்வளவு அழகு. அவள் அழகில் கிறங்காதவர்கள் யாருமே கிடையாது. சாதாரணப் பெட்டிக்கடை முதலாளி முதல்

நகைக்கடை ஓனர் வரை கங்காவின் காலடியில் கிடந்தனர். கங்கா தனக்கான ஆண்களைத் தேர்வு செய்வதில் கறாராக இருந்தாள். அவள் மனதிற்குப் பிடித்தால் மட்டுமே சம்மதிப்பாள்.

சங்கரன் ஊரில் பெரும் பணக்காரன். பிரபலமான நகைக்கடைக்கு ஓனர். ஆனாலும் எத்தனையோ நாள் சங்கரன் அழைத்தும் கங்கா மறுத்துவிட்டாள்.

"அவன் கூப்பிட்டா நான் போகணுமா என்ன?. எவன்கூடப் போகணும் என்பது என் விருப்பம். அது என் சுதந்திரம். கங்கா வரமாட்டான்னு போயி சொல்லு" என்று ரவியின் முகத்தில் அடித்ததுபோல சொல்லி, பல முறை விரட்டி விட்டாள்.

"என் கையில ரக... ரகமா எவ்ளோ பொண்ணுங்க இருக்கு? அதெல்லாம் வேணாம் என்கிறானே" என்று அழாத குறையாகப் புலம்பிக்கொண்டே சென்றான் ரவி.

சங்கரனும் ரவிக்கு எவ்வளவோ ஆசை வார்த்தைகள் கூறிப்பார்த்தான். பாவம் ரவி! அவன் என்ன செய்வான்? கங்கா சம்மதிக்க வேண்டுமே! ரவிக்கு நடந்து நடந்து கால்கள் தேய்ந்தது தான் மிச்சம்.

"இவ பெரிய பேரழகின்னு அந்த சங்கரன் எச்சிக்கலப்பய என்னையப் பாடாப் படுத்துறான். இந்த முறையும் கங்கா இல்லாம நான் போனா என்னையக் கொன்னு போட்டாலும் போடுவான்" என்று புலம்பிக்கொண்டே கங்காவின் வீட்டை வந்தடைந்தான். அவள் வீட்டில் இல்லை என்று தெரிந்த பிறகும் ரவி, கங்கா வீட்டின் வாசலில் கெடையாக் கெடந்தான்.

"என் பொழப்புல மண் அள்ளிப் போட்டுடுவான். என்னக் காப்பாத்து" என்று கெஞ்சிப் பார்த்தான் கங்கா சம்மதிக்கவில்லை. இரவும் பகலுமா அலையுறதப் பார்த்துட்டு ஒரு நாள் அவளுக்கே பாவமாப் போச்சு.

"சரி, வாறேன்" என்று சம்மதம் சொல்ல, உடனே சங்கரனுக்குத் தகவல் போனது.

அது நகரின் பிரபலமான நட்சத்திர விடுதி. அறை விளக்கொளியில் ஜொலித்தது. அலங்கரித்துக்கொண்டு மல்லிகைச்சரம் தொங்க ஒயிலாய் நடந்து வந்தாள். கங்காவின் அழகில் சங்கரன் கிறங்கிப்போனான்.

அவன் பக்கத்தில் ஒரு பெட்டி இருந்தது. அதை மெல்லத் திறந்தான். ஆரமும், அட்டிகையும், காசுமாலையும் கண்களைப் பறித்தன. அத்தனையும் புதுசு. கங்கா திகைத்து நிற்க... பக்திப் பரவசத்துடன் சங்கரன் ஒவ்வொன்றாய் கங்காவுக்கு அணிவித்தான். மெல்லிய வெளிச்சத்தில் நிர்வாண மேனியில் அத்தனை நகைகளுடன் ஜெகஜோதியாகக் காட்சி அளித்தாள் கங்கா. தெய்வத்தைப் பார்க்கும் பரவச நிலையில் சங்கரன். இப்படிப் பார்த்தபடியே அன்றைய இரவு கடந்தது. கட்டுப்பணம் கையில் தந்து 'போய் வா' என்று வழி அனுப்பிய சங்கரன் அடுத்தடுத்து பல முறை அழைத்தான். அவளும் மறுக்காமல் சென்று தரிசனம் தந்தாள். நாட்கள் சென்றன.

வாலிபம் போனது.அழகு மங்கியது. பவுசா இருந்தவ மவுசு குறைந்தவுடன் அவளிடம் வந்த பெரிய ஆளுங்க காணாமல் போயினர்.ஆடம்பரமாய் ஜொலித்தவள் ஐந்துக்கும் பத்துக்கும் அல்லாடும் நிலை ஏற்பட்டது.

அன்று காலையில் கண்விழிக்கும்போதே பசி குடலை அரித்தது. மூஞ்சியைக் கழுவினாள். சேலை முந்தானையில் முகத்தைத் துடைத்தபடியே வீட்டின் மூலை முடுக்கெல்லாம் தேடினாள். 'நாலு இட்லிக்கு வழி கிடைக்காவிட்டாலும் ஒரு டம்ளர் டீக்குத் தேறினால்கூடப் போதும்' என்று முணுமுணுத்துக்கொண்டே அத்தனையையும் துளாவினாள். பாழப்போன வீட்டில பத்துப் பைசாக் கிடைக்கல. என்ன செய்வதென்று தெரியாமல் வீட்டை விட்டு வெளியேறி ரோட்டை வந்தடைந்தாள். “காலங்காத்தால எந்த நாய்க்கு அரிப்பெடுக்கப் போகுது, நான் கல்லா கட்டுவதற்கு” என்று அவளுக்குள் புலம்பிக்கொண்டே ஊத்தங்கரை நெடுஞ்சாலைக்கு வந்து சேர்ந்தாள்.

எப்பவும் நிற்கும் இடத்தில் நின்றுகொண்டு வரும் லாரியை எல்லாம் வழிமறித்தாள்.

“இவ இருக்குற லட்சணத்துக்கு பகலில் எந்த நாய் இவகிட்ட வரப்போகுது?” என்று கூறிக்கொண்டே அவளைக் கடந்து சென்றான் மல்லப்பன்.

“எடுக்குறது பிச்சை, ஆனாலும் தேவிடியா பயலுக்கு இருக்குற திமிரப்பாரு” என்று அவன் போன பக்கம் 'த்தூ...' என்று காரித்துப்பினாள். அவன் சொன்னதுதான் கடைசியில் நடந்தது.

எந்த நாயும் சீந்தவில்லை. நின்று நின்று கால் வலி வந்ததுதான் மிச்சம்.

மல்லப்பனைத் திரும்பிப் பார்த்தாள், அவன் தலையைச் சொறிந்துகொண்டு நின்றுகொண்டிருந்தான். அவன் அருகில் சென்றாள். 'இருபது ரூபாய் வச்சுருக்கியா? ரொம்பப் பசிக்குது'.

அழுக்கேறி சிக்குபிடித்துப்போயிருந்த தலையைச் சொறிந்து கொண்டே அவள் வயிற்றைப் பார்த்தான். அது இருக்கும் இடம் தெரியாமல் ஒட்டிக்கிடந்தது. அவன் பார்வை கொஞ்சம் மேலே போனது. கண்கள் நிலை குத்தியது.அவன் வாயிலிருந்து எச்சில் ஒழுகத் தொடங்கியது. அது பார்க்க ரொம்ப அகோரமாய் இருந்தது. அவளின் மார்பிலிருந்து அவனது பார்வை விலகவில்லை. அவள் வேண்டுமென்றே விலக்கி விட்டிருந்த முந்தானை அவனின் பசியைத் தூண்டியது.

அவள் அங்கிருந்த புதருக்குள் சென்றாள். அவனும் பின்னாடியே சென்றான். கொஞ்ச நேரம் கழித்து சேலையை ஒரு கையால் வாரி அள்ளிப்பிடித்துக்கொண்டு இன்னொரு கையால் இரண்டு மார்புகளையும் தாங்கிப்பிடித்தபடி தள்ளாடித் தாள்ளாடி நடந்துவந்தாள். ரோட்டில் வந்து சேலையைக் கட்டியபடியே இட்டிலிக் கடையை நோக்கி நடக்கத் தொடங்கினாள். நடந்து போகும்போது மார்பை இரண்டு கைகளால் தாங்கிக்கொண்டே சென்றாள்.

அதன் பின்பு பத்து ரூபாய், இருபது ரூபாய்க்குக்கூட நாறிப்போன ஆண்களுடன் சல்லாபிக்க ஆரம்பித்தாள். பத்து ரூபாய் கொடுக்க வக்கில்லாதவர்களுக்கு ஏது பாதுகாப்பான இடம்? பல நாட்கள் புதருக்குப் பின்னாலிருந்தும் பொதுக் கழிவறைக் கட்டிடத்திற்குப் பக்கத்திலிருந்தும் பத்து ரூபாயை உற்றுப் பார்த்துக்கொண்டே வருவாள். வாடகை கொடுத்து குடியிருக்க வசதி இல்லாமல் போனது. குடியிருந்த வீட்டைக் காலி செய்துவிட்டு ஊத்தங்கரைப் பேருந்து நிலையத்திலேயே தங்கி விட்டாள்.

இரவில் பேருந்து வரத்துக் குறைவாக இருந்ததால் கங்கா போன்ற பெண்கள் நெடுஞ்சாலைக்குச் சென்றுவிடுவர். ஆகையால் பேருந்து நிலையத்தில் கங்காவுக்குப் போட்டிக்கு ஆள் இருக்காது. பேருந்துக்காக அங்கு காத்திருக்கும் நேரத்தில் காமம் மெல்ல

உடலில் ஊறி முட்டிக்கொண்டு நிற்கும்போது பிணத்துடன்கூட சல்லாபிக்கத் துடிக்கும் இரவின் அகோரங்கள் கங்காவிடம் வந்து சேரும்.

அன்று இரவு பத்து மணி இருக்கும். எவனோ வெளியூர்க்காரன் இவளிடம் வந்து பல்லிளித்தான். 'இவனை எங்கு கூட்டிச்செல்வது?' என்று யோசனை செய்து கொண்டே பேருந்து நிலையத்திலிருந்து வெளியேறி ரோட்டில் நடந்தாள். அவளைப் பின்தொடர்ந்து அவனும் வந்தான். தெரு நாய் ஒன்று 'வள்' என்று குரைக்கத் தொடங்கியது. அடுத்த நொடி எங்கிருந்து தான் அத்தனை நாய்கள் வந்தனவோ தெரியவில்லை! கண் இமைக்கும் நேரத்தில் ஏழு எட்டு நாய்கள் வந்து அவளைச் சுற்றி நின்று அவளின் காதுகள் செவிடாகும் வண்ணம் பயங்கரமாய் குரைத்தன. வந்தவன் தூரத்தில் நின்றுவிட்டான். கங்காவைக் காப்பாற்ற அவன் எந்த முயற்சியும் செய்யவில்லை. அவளுக்கு உடல் முழுவதும் பயத்தில் ஆட்டங்காணத் தொடங்கியது.

நாய்கள் குதறி, தான் சாவப்போவதாக நினைத்த அவள் பயத்தில் கண்களை மூடிக் கொண்டாள். வாழ்வின் அத்தனை கசப்புகளும் நினைவில் வரிசை கட்டி வந்தன. அவள் 'ஓ' வென்று அழத்தொடங்கினாள். காவல் ரோந்து வண்டி, நாய்கள் குரைக்கும் சத்தம் கேட்டு அங்கு வந்தது. லத்தியுடன் வண்டியிலிருந்து கீழிறங்கிய காவல் ஆய்வாளர் லத்தியைச் சுழற்றி நாய்களைத் துரத்திவிட்டு அவளின் அருகே வந்தார்.

"இந்த நேரத்தில் உனக்கு இங்க என்ன வேலை?" என்று லத்தியால் பிட்டத்தில் ஒரு போடு போட்டார். அவள் சுருண்டு கீழே விழுந்துவிட்டாள்.

"உனக்கு எத்தனை முறை சொல்வது? இந்த நேரத்தில் இப்படி அலையாதேன்னு. இன்னொரு முறை உன்னை இப்படி இந்தப் பக்கம் பார்த்தேன்... மூணு மாசம் உள்ள வச்சுடுவேன் ஜாக்கிரதை". என்று பூட்ஸ் காலால் ஓங்கி ஓர் 'உதை' உதைத்துச் சென்றார்.

அவள் பரிதாபமாக அழுதாள். போலீஸ் சென்றதும் தள்ளுவண்டிக்குப் பின்னாடி மறைந்திருந்த அவன் வெளியே வந்தான். அவள் எழுந்து நடக்க... அவன் அவளைப் பின்தொடர்ந்தான்.

அவள் ஊருக்கு வெளியே தூரமாய் போய்விட்டாள். இரவில் பேருந்து நிலையத்தைச் சுற்றி போலீஸ் ரோந்து வண்டி சுற்றிக்கொண்டே இருந்தது. நாலு இட்லிக்காக நடுச்சாமத்தில் மறைவிடம் தேடி அலையும் கங்காவை ராக்கூகை ஒன்று மரப் பொந்திலிருந்து உற்றுப் பார்த்துக்கொண்டே இருந்தது.

சாராயமும் பீடியும் இல்லாமல் வாழவே முடியாது என்ற அளவுக்கு நிலை மோசமானபோது ஒரு பீடிக்கட்டுக்குக்கூட அவள் யாரோடும் போவதற்குச் சம்மதித்தாள்.

மாதம் ஒருமுறை மருத்துவமனைக்குச் செல்ல, கிருஷ்ணகிரிக்கு வருவாள். அரசாங்கம் கங்கா போன்ற பெண்களுக்காகப் பிரத்யேகமாக நடத்திய திட்டத்தின் மருத்துவமனை அது. போகும்போதே ஒரு பாக்கெட் சாராயத்தை வாயில் ஊற்றிக் கொண்டு தான் போவாள்.

அரசாங்கத்தின் அத்தனை கெடுபிடிகளையும் மீறி கள்ளச்சாராயம் கிடைக்கும் இடத்தினை அவள் அறிந்து வைத்திருந்தாள். மருத்துவமனை வாசலுக்கு வந்ததும் சத்தமாகப் பேசத் தொடங்குவாள். பேசும் அத்தனை வார்த்தைகளும் காதில் கேட்க முடியாது. புதிதாக அந்தத் திட்டத்திற்கு ஒரு பெண் பொறுப்பேற்று இருக்கிறார் என்ற தகவல் தெரிந்ததும் மருத்துவமனையை ஒட்டியிருந்த அலுவலகத்திற்கு வந்தாள்.

"இந்தா மேடம்! வெளிய வா. அரசாங்கம் உங்களுக்கு எதுக்குக் காசு தருது?" என்று கூச்சல் போட்டாள்.

இருபத்து இரண்டு வயதே ஆன இளம்பெண் ஒருத்தி வெளியே வந்தாள். கங்காவை அன்பாய் பார்த்தாள். 'உங்களுக்கு என்ன பிரச்சனை' என்று பொறுமையாகக் கேட்டாள்.

“கீழ ஒழுகினா மட்டும் மருந்து தரீங்கதானே? இப்போ எனக்கு மேல ஒழுகுது. இதுக்கு யாரு மருந்து தருவா மேடம்?” என்று படபடன்னு முந்தானையை விலக்கி, ரவிக்கைப் பட்டனை மடமடன்னு கழற்றினாள் கங்கா. அந்தப் பெண் பொறுப்பாளர் ஏதோ சொல்லச் சொல்ல அவள் எதையும் காதில் போட்டுக் கொள்ளவில்லை.

அரைநிர்வாணக் கோலத்தில் நின்ற கங்காவைப் பார்த்ததும் அந்த இளம்பெண்ணிற்கு உச்சி முதல் உள்ளங்கால் வரை

வேர்த்துக் கொட்டியது. இரண்டு பருத்த மார்புகளிலிருந்தும் சீழ்சொட்டியபடி இருந்தது.

கங்கா கதறி அழுதாள். "என்னால் வேதனைய தாங்க முடியல மேடம்! சுருக்சுருக்ன்னு குத்தி வலிக்குது".

"எப்ப இருந்து இப்படி?"

கங்கா நினைவுக்குள் நீந்தி ஊத்தங்கரையில் கரை சேர்ந்தாள்.

"இரண்டு வருடத்திற்கு முன்னாடி கஸ்டமர் பிடிக்க ஊத்தங்கரை நெடுஞ்சாலையில் நின்றிருந்தேன். ஒருத்தன் வந்தான். நல்ல குடிபோதையில் இருந்த அவனுக்கு முப்பது வயதுகூட இருக்காது. வசதியான ஆள்போல தெரிந்தான். முதலில் 'நான் வரல' என்று தான் சொன்னேன். இரண்டாயிரம் ருபாய் தாரேன் என்றான். சரி, சமாளித்துக்கொள்வோம் என்று அவனுடன் அவனது காரில் ஏறினேன்.

காருக்குள் பரவியிருந்த மதுபான வாசனையும் மெல்லிய இசையும் என்னை என்னமோ செய்தது. அவன் பேசத்தொடங்கினான்"

'இரண்டு வருசத்துக்கு முன்னாடி ஒரு வேலை விசயமாக இந்தப் பக்கம் வந்தபோது இந்த ரோட்டுல நிறைய பெண்கள் நின்னுட்டு இருந்தாங்க. நல்ல அழகான பல பெண்களை இங்கு பார்த்தேன். அவர்களோடு இருந்தது எனக்கு மறக்க முடியாத ஒன்று. அந்த நியாபகம்தான் என்னை இங்க திரும்பக் கூட்டி வந்தது. ஒருவாரம் நானும் என் நண்பர்களும் இங்குதான் தங்கியிருந்தோம். ஒவ்வொரு இரவும் மிக அழகான பெண்கள் எங்கள் மடியில் கிடந்தார்கள்' என்று சொல்லிக்கொண்டே 'ஹா... ஹா...' என்று அவன் சிரிக்கும் போது என் மனதிற்குள் இனம் புரியாத திகில் பரவியது'

'இப்போது அந்தப் பெண்களை இங்கு காணலையே? 'அது சரி... உன் பெயர் என்ன? அதை முதலில் சொல்லு' என்று என்னை அருகில் இழுத்து அணைத்தபடி கேட்டான்.

'பெயர், விலாசம் எல்லாம் எங்களுக்குக் கிடையாது!'

'நீ ஊருக்குப் புதுசா!'

'இல்லை!'

'உன்னை இங்கு பார்த்த மாதிரி நினைவு இல்லையே?'

'முன்னாடி எல்லாரும் என் வீட்டிற்கே வருவார்கள்!'

'இப்போ என்ன ஆச்சு?'

'எல்லாம் மாறிப்போச்சு!'

அவன் 'மணி என்ன?' என்று டிரைவரிடம் கேட்டான்.

"மணி எட்டு இருக்கும்".

அது டிசம்பர் மாதம் என்பதால் பனி கொட்டத் தொடங்கியது. பிரசவத்திற்குப் போன தன் மனைவியைப் பார்த்துவிட்டு வருவதாகப் பேச்சின் ஊடே கூறினான்.

இத்தகைய சமயங்களில்கூட மனிதன் தன்னுடைய மிருகப் பசிக்கு உணவு தேடி அலைவதை நினைத்தபோது எனக்கு அருவருப்பாய் இருந்தது. இவனுங்களும் வரவில்லை என்றால் நம்ம வயிறு காய்ந்து போகுமே என்று மறுகணமே நினைத்துக் கொண்டேன்.

ஓர் உருண்டை மல்லிகைச்சரத்தை என்னிடம் தந்தான். நான் விசித்திரமாக அவனைப் பார்த்தேன். 'உன்னைப் போன்ற பெண்களிடமிருந்து வரும் துர்நாற்றம் இந்த மல்லிகை மணத்தில் மறைந்து போகும். அதனால எல்லாருக்கும் மல்லிகைப் பூ தருவது என் வழக்கம்'.

நான் தலை நிறைய பூ வைத்துக்கொண்டேன். கார் ஓரிடத்தில் நின்றது. கட்டிமுடிக்கப்படாத அந்தக் கட்டிடத்திற்குள் என்னை அழைத்துச் சென்றான். அதுவரைக்கும் நிதானமாக இருந்தவன், வெறிகொண்டவன்போல என் மேல் பாய்ந்து குதறத் தொடங்கினான்.

வெறிபிடித்த அவுசாரிப்பய. என் மார்பை கடிச்சு வச்சுட்டான். அவனிடமிருந்து உயிர் தப்பி வருவதற்குள் நான் படாதபாடு பட்டுவிட்டேன். வீட்டிற்கு வந்த பிறகு காயத்தில் மஞ்சப்பத்து போட்டுப் பார்த்தேன். அது சரியாகாமல் சீழ் பிடிச்சுப் போச்சு" என்று அழுதாள் கங்கா.

நிலைகுலைந்து போன அந்த இளம் பெண் தன்னை இயல்பு நிலைக்குத் திரும்ப கொஞ்ச நேரம் எடுத்துக் கொண்டாள்.

"சாப்பிட்டியாம்மா? உட்காரு" என்று வராண்டாவில் கிடந்த சேரில் அவளை உட்கார வைத்தாள். மருத்துவமனையில் வேலை

செய்யும் லட்சுமி அம்மாக்கு கங்காவைப் பார்க்கப் பாவமாக இருந்தது. தான் சாப்பிட வைத்திருந்த இட்லியைக் கங்காவிடம் நீட்டினாள்.அவள் கொடுத்த இட்லியை அவசர அவசரமாகத் தின்றாள். கங்காவின் நிலை அந்த இளம்பெண் பொறுப்பாளருக்குப் பெரும் துயரத்தை ஏற்படுத்தியது.

சிறப்பு மருத்துவமனைக்கு அழைத்துச்செல்ல நிறுவனத்தின் மேலதிகாரியிடம் பேசி கங்காவைப் பெங்களூருவுக்கு லட்சுமியுடன் அனுப்பி வைத்தாள். இரண்டு நாட்கள் கழித்து லட்சுமி அம்மா போன் பேசினார்.

“கங்காவுக்கு மார்பகப் புற்றுநோய்ன்னு சொல்லுறாங்கம்மா!”

வாழ்க்கையில் பிரச்சனைன்னு பெரிதாக எதையும் சந்திக்காத அந்த இளம் பொறுப்பாளர் கலங்கிப் போனாள். பதில் எதுவும் சொல்லாமல் அமைதியாக இருந்தாள்.

"எல்லாப் பரிசோதனையும் செய்த பிறகு தான் மற்ற சிகிச்சை பற்றிப் பேச முடியும்னு சொல்லிட்டாங்கம்மா!" என்று தகவல் கூறி இணைப்பைத் துண்டித்தாள் லட்சுமி.

அந்த இளம்பெண்ணிற்கு இரவெல்லாம் கங்காவின் நினைவாகவே இருந்தது. கங்கா போன்ற பெண்களை நினைத்தபடியே அவள் அந்த இரவைக் கடத்தினாள். மருத்துவப் பரிசோதனைக்குப் பிறகு கங்கா வீட்டிற்கு அனுப்பப்பட்டாள். அவளுக்கு ஏதோ உயிர்க்கொல்லி நோய் இருந்ததைக்கண்டு பிடித்ததும் அறுவை சிகிச்சை செய்ய மறுத்து வீட்டிற்கு அனுப்பிவிட்டனர். அங்குமிங்கும் அலைந்தாள்.

ஒரு நாள் யாரோ ஒருவன் 'தக்காளி சாதம் வாங்கித் தாரேன்'ன்னு கூப்பிட அவனுடன் அவள் சென்றாள், பகல் நேரம் என்பதால் அவனைக் கூட்டிக்கொண்டு பேருந்து நிலையத்தைச் சுற்றி இடம் தேடி ரொம்ப நேரம் அலைந்தாள். கொஞ்ச தூரத்தில் ஓர் இடுகாடு இருந்தது. அன்று அந்த இடுகாடுதான் அவளுக்குப் புகலிடம் தந்தது.

அன்றிலிருந்து இடுகாட்டில் இருந்த ஒரு புண்ணியவானின் பெரிய சமாதிதான் கங்காவின் வீடாக மாறிப் போனது. கல்லறையை ஒட்டி காகிதப்பூ மரம் அடர்ந்து வளர்ந்து கூரை

போல் மேவி அச்சு அசல் அழகான வீடுபோல் காட்சி அளித்தது. அதற்குப் பிறகு கல்லறையில் தான் தொழிலும் குடித்தனமும் நடந்தன. பல வருடங்கள் கங்கா அங்குதான் குடித்தனம் செய்தாள். வயிறு நிறைய சாப்பிட்டாளோ, இல்லையோ நிம்மதியாகத் தூங்கினாள். இடுகாடு வீடானதால் சுடுகாட்டுக் கங்கா என்று அவள் பெயருடன் சுடுகாடும் அடைமொழியாக ஒட்டிக்கொண்டது. சுடுகாடு என்பது அவளுக்கு அடையாளமாக மாறிப்போனது. பல வருடங்கள் சமாதியில் குடித்தனம் நடத்திய கங்காவுக்குக் கடைசி வரை தெரியாது, அவளுக்கு அடைக்கலம் தந்தது நகைக் கடை ஓனர் சங்கரனின் சமாதி தான் என்று.

பசிக்கு முன்பாக உயிர்க்கொல்லி நோய் குறித்த விழிப்புணர்வு காற்றில் பறந்தது. "பிஸ்கட் பாக்கெட் வாங்கித் தரேன்" எனக் கிழவன் ஒருவன் கங்காவை அழைச்சுக்கிட்டு ஒரு புதருக்குள் சென்றான் என்ற செய்தி அறிந்து அந்த இளம்பெண் வேதனை அடைந்தாள். மருத்துவமனைக்கு வரும்போதெல்லாம் கங்காவுக்கு ஐம்பது, நூறு என்று கொடுக்க ஆரம்பித்தாள். கங்காவுக்கு நோய் முற்றியது. மருத்துவமனையில் வேலைசெய்யும் ரத்னாம்மாவின் தலையீட்டால் அவளது பூர்வீகச் சொத்தான அந்த பத்துக்குப் பத்து குடிசை கங்காவுக்கு புகலிடத்தைக் கொடுத்தது.

பகலைக்கூட கடப்பதில் பெரிய சிரமம் தெரியவில்லை. ஒவ்வொரு நாளும் இரவு, அவளைப் பாடாய்ப் படுத்தியது. பயமுறுத்தியது. எரியும் ஒற்றை விளக்கு மட்டுமே வெளிச்சம் தந்தது. சில இரவுகளில் வலி பொறுக்க முடியாமல் வாய் விட்டு அலறினாள். குளிர் உயிரை நடுங்கச் செய்தது. ஒவ்வொரு இரவிலும் அவள் யாரிடமோ மன்றாடிக்கொண்டே இருந்தாள்.

கடவுளிடமா அல்லது எமனிடமா என்பது கங்கா மட்டுமே அறிந்தது. திடீரென்று பேதி அடிக்க ஆரம்பித்தது. நிக்காத வயிற்றோட்டம். தாகத்தால் நாக்கு வறண்டது. 'ஒரு டம்ளர் தண்ணீர் கொடுக்க நாதி இல்லையே?'" என்று நினைக்கும்போது கண்ணீர் சொரிந்தது.

'சம்பாதித்த பணத்தில் எத்தனை ஆயிரங்களை என் சொந்த பந்தம் தின்றிருக்கும்?' நினைக்க நினைக்க நெஞ்சு பெரிதாய் வலித்தது.

"எத்தனை ஆண் பிண்டங்களுக்கு விருந்து அளித்தேன். அதில் ஒரு நாய்க்குக் கூடவா என் நிலை தெரியாமல் போயிருக்கும்!. ஒரு எட்டு வந்து பாக்கலையே... ஒரு வாய் டீத்தண்ணீ வாங்கித் தரலையே?" என்று தன்னளவில் புலம்பினாள்.

வாய்விட்டுப் புலம்பக்கூட முடியவில்லை. நாக்கு அன்னத்தில் ஒட்டியது. யாரும் வரவில்லையே என்று தவித்தது கடவுளுக்குக் கேட்டுவிட்டதுபோல. ஒரு பெரிய கருநாகம் கதவில்லாத அந்தக் குடிசைக்குள் வந்தது. கங்காவின் உயரம் இருக்கும். ஊர்ந்து வரும் கருநாகத்தைக் கண்கொட்டாமல் பார்த்தாள். அதை ரசித்தாள். அது மெல்ல ஊர்ந்து அவள் மேல் ஏறியது. முழங்கால் கடந்து தொடையை தொட்டு வயிற்றின் மேல் ஏறி மார்புக்கு மத்தியில் நுழைந்தது. கங்கா ஆனந்தமாய் புன்னகைத்தாள். "எத்தனை மனித வக்கிரங்கள் ஊர்ந்த மேனி இது. இன்று நீயுமா?! வா என் அன்பே!" என்று முனங்கியபடியே கருநாகத்தை ஆரத்தழுவினாள். அது அன்பாய் அவள் உதட்டில் 'பச்' என்று முத்தமிட்டது.

❑